ANG MAHALAGANG GABAY SA PAGLUTO NG SALMON

90 INIHAW, LUGAR, SINULA AT PRIRITO NA SALMON RECIPES

María Nieves Vidal

Lahat ng karapatan ay nakalaan.

Disclaimer

Ang impormasyong nakapaloob sa eBook na ito ay nilalayong magsilbi bilang isang komprehensibong koleksyon ng mga estratehiya na pinagsaliksik ng may-akda ng eBook na ito. Ang mga buod, diskarte, tip, at trick ay inirerekomenda lamang ng may-akda, at ang pagbabasa ng eBook na ito ay hindi magagarantiya na ang mga resulta ng isang tao ay eksaktong sasalamin sa mga resulta ng may-akda. Ginawa ng may-akda ng eBook ang lahat ng makatwirang pagsisikap na magbigay ng kasalukuyan at tumpak na impormasyon para sa mga mambabasa ng eBook. Ang may-akda at mga kasama nito ay hindi mananagot para sa anumang hindi sinasadyang pagkakamali o mga pagkukulang na maaaring matagpuan. Ang materyal sa eBook ay maaaring magsama ng impormasyon mula sa mga ikatlong partido. Ang mga third-party na materyales ay binubuo ng mga opinyon na ipinahayag ng mga may-ari ng mga ito. Dahil dito, hindi inaako ng may-akda ng eBook ang responsibilidad o pananagutan para sa anumang materyal o opinyon ng third-party.

Ang eBook ay copyright © 2023 na ang lahat ng karapatan ay nakalaan. Labag sa batas na muling ipamahagi, kopyahin, o lumikha ng hinangong gawa mula sa eBook na ito nang buo o bahagi. Walang bahagi ng ulat na ito ang maaaring kopyahin o muling ipadala sa anumang kopya o muling i-transmit sa anumang anyo kung wala ang pagsusulat na ipinahayag at nilagdaan ng pahintulot mula sa may-akda.

TALAAN NG MGA NILALAMAN

TALAAN NG MGA NILALAMAN..3
PANIMULA..6
1. JAPANESE SALMON BOWL 7
2. JAPANESE FANCY TERIYAKI..9
3. ONIGIRI 11
4. JAPANESE SALMON AT CUCUMBER BITES 13
5. TERIYAKI RAMEN BOWLS 15
6. TANGHALIAN SALMON SALAD 18
7. SALMON SA PESTO 20
8. PINAUSUKANG SALMON AT CREAM CHEESE SA TOAST 23
9. PINAUSUKANG SALMON AT CREAM CHEESE SA TOAST 25
10. SALMON SA TOAST NA MAY NILAGANG ITLOG......................27
11. SALMON AT EGG BREAKFAST WRAP 30
12. CREAMY POTATO SALMON BITES..32
13. PINAUSUKANG SALMON DIP..34
14. SNACK SMOKE SALMON CANAPÉS 36
15. BAKED SALMON CROQUETTES...38
16. MGA PAKETE NG INIHURNONG SALMON.................................40
17. BLACK BEAN AT SALMON PAMPAGANA 42
18. SALMON ROLL..44
19. MAGIC BAKED SALMON 46
20. SALMON NA MAY POMEGRANATE AT QUINOA 48
21. BAKED SALMON AT SWEET POTATOES....................................50
22. BAKED SALMON NA MAY BLACK BEAN SAUCE......................53
23. PAPRIKA GRILLED SALMON NA MAY SPINACH 55
24. SALMON TERIYAKI NA MAY GULAY 57
25. ASIAN-STYLE SALMON NA MAY NOODLES 60
26. NILAGANG SALMON SA TOMATO GARLIC BROTH................62
27. NILAGANG SALMON...65
28. POACHED SALMON NA MAY GREEN HERB SALSA................67
29. INIHAW NA SALMON NA MAY MALAGKIT NA BIGAS 69
30. CITRUS SALMON FILLET 72
31. SALMON LASAGNE..74
32. TERIYAKI SALMON FILLETS..77
33. CRISPY SKIN SALMON WITH CAPER DRESSING 79
34. SALMON FILLET NA MAY CAVIAR 81

35. ANCHOVY-GRILLED SALMON STEAKS 84
36. BBQ SMOKE-GRILLED SALMON 86
37. CHARCOAL GRILLED SALMON AT BLACK BEANS 88
38. FIRECRACKER GRILLED ALASKAN SALMON 91
39. FLASH GRILLED SALMON 93
40. INIHAW NA SALMON AT PUSIT TINTA PASTA 95
41. SALMON NA MAY INIHAW NA SIBUYAS 97
42. CEDAR PLANK SALMON 100
43. PINAUSUKANG BAWANG NA SALMON 102
44. INIHAW NA SALMON NA MAY MGA SARIWANG MILOKOTON 104
55. GINGERY GRILLED SALMON SALAD 106
56. INIHAW NA SALMON NA MAY SALAD NG HARAS 109
57. INIHAW NA SALMON NA MAY PATATAS AT WATERCRESS 111
58. SALMON VINA OLKI 114
59. SALMON AT BOLETUS KEBAB 116
60. INIHAW NA WILD KING SALMON 118
61. MAPLE SYRUP SALMON STEAK 120
62. SALMON AT CORN CHOWDER 122
63. DILL-CURED SALMON 124
64. FRESH ATLANTIC SALMON SAUTÉ 127
65. INIHAW NA SALMON NA MAY PANCETTA 129
66. MAANGHANG NA SABAW NG NIYOG NA MAY SALMON 131
67. COLUMBIA RIVER CHINOOK 133
68. OVEN-ROASTED SALMON AT GULAY 135
69. SOY AND HONEY GLAZED SALMON 137
70. MAANGHANG NA SALMON AT NOODLE SOUP 139
71. POACHED SALMON NA MAY GREEN HERB SALSA 141
72. HONEY MUSTARD GLAZED SALMON 143
73. MALUNGGAY NA SALMON 145
74. WARM SALMON AT POTATO SALAD 147
75. ONE-POT SALMON NA MAY RICE AT SNAP PEAS 149
76. GARLICKY BROILED SALMON WITH TOMATOES AND ONIONS 151
77. BAKED SALMON NA MAY BLACK BEAN SAUCE 153
78. SALMON FISH CAKE NA MAY GULAY NA BIGAS 155
79. SOY GINGER SALMON 158
80. SALMON WITH CHILI COCONUT SAUCE 160
81. PAPRIKA GRILLED SALMON NA MAY SPINACH 162
82. SALMON TERIYAKI NA MAY GULAY 164

83. INIHAW NA SALMON NA MAY SARIWANG MGA MILOKOTON 167
84. SALMON NA MAY CREAMY PESTO 169
85. SALMON AT AVOCADO SALAD 171
86. SALMON VEGETABLE CHOWDER 173
87. CREAMY SMOKED SALMON PASTA 175
88. BLACKENED SALMON WITH MIXED VEGETABLE RICE 178
89. GINGER SALMON NA MAY HONEYDEW MELON SALSA 181
90. ASIAN-STYLE SALMON NA MAY NOODLES 183
91. LEMONY RICE NA MAY PAN-FRIED SALMON 185
92. ALASKA SALMON AT AVOCADO PASTA SALAD 188
93. ALASKA SALMON SALAD SANDWICH 190
94. PINAUSUKANG SALMON, PIPINO AT PASTA SALAD 192
95. CARAMELIZED SALMON SA ISANG MAINIT NA SALAD NG PATATAS ... 194
96. CONGEALED SALMON SALAD 196
97. ASTIG NA SALMON LOVER'S SALAD 198
98. DILLED SALMON SALAD 200
99. SALMON NA MAY CRISPY HERBS AT ORIENTAL SALAD 202
100. ISLAND SALMON SALAD 204

KONGKLUSYON 206

PANIMULA

Ang salmon ay isang mamantika na isda na karaniwang inuuri ayon sa karagatan kung saan ito matatagpuan. Sa Pasipiko, sila ay itinuturing na bahagi ng genus Oncorhynchus, at sa Atlantiko, kabilang sila sa genus na Salmo. Mayroon lamang isang migratory Atlantic species, ngunit limang umiiral na species ng Pacific salmon: Chinook (o hari), sockeye (o pula), coho (o pilak), pink at chum.

Ang bitamina B12 sa salmon ay nagpapanatili sa mga selula ng dugo at nerve na umuugong at tinutulungan kang gumawa ng DNA. Ngunit para sa iyong kalusugan, ang tunay na kagandahan ng salmon ay ang kayamanan nito ng omega-3 fatty acids. Karamihan sa mga omega-3 ay "mahahalagang" fatty acid. Hindi kayang gawin ng iyong katawan ang mga ito, ngunit gumaganap sila ng mga kritikal na tungkulin sa iyong katawan.

1. <u>**Japanese Salmon Bowl**</u>

Laki ng Paghahatid: 4

Mga sangkap:
- Chili sauce, isang kutsarita
- Toyo, isang kutsarita
- Bigas, dalawang tasa
- Sesame oil, isang Tablespoons
- Luya, dalawang Kutsara
- Asin at paminta para lumasa
- Sesame seeds, isang kutsarita
- Suka, isang kutsarita
- Pinutol na nori, kung kinakailangan
- Salmon, kalahating kilo
- Tinadtad na repolyo, isang tasa

Mga direksyon:

a) Ilagay ang kanin, tatlong tasa ng tubig at kalahating kutsarita ng asin sa isang malaking kaldero at pakuluan at lutuin ng labinlimang minuto o hanggang masipsip ang tubig.

b) Ilagay ang suka, toyo, chilli sauce, sesame oil, sesame seeds at luya sa isang mangkok at haluing mabuti.

c) Idagdag ang salmon at dahan-dahang haluin hanggang sa ganap na mabalot.

d) Ilagay ang ginutay-gutay na repolyo at sesame oil sa isang mangkok at ihalo hanggang sa maayos na pinagsama.

e) Maglagay ng isang malaking kutsarang kanin sa bawat mangkok, idagdag ang repolyo at pisilin ang mayonesa.

2. Japanese na magarbong teriyaki

Mga sangkap
- 2lb na salmon
- 3 Mga kutsarang tinadtad na berdeng sibuyas
- 2 kutsarang black and white sesame seeds
- $\frac{1}{2}$ tasa ng extra virgin olive oil
- Teriyaki sauce
- 4 kutsarang toyo
- 1 tasang mirin
- 2 $\frac{1}{2}$ tasa. Asukal

Mga direksyon

a) Gawin ang teriyaki sauce sa pamamagitan ng pagdagdag ng lahat ng Sangkap sa ilalim ng heading nito sa isang kasirola at lutuin ito sa mababang init hanggang lumapot. Alisin mula sa init at itakda ito para sa paglamig

b) Ibuhos ang ilang langis sa isang nonstick skillet at ilagay ang salmon doon. takpan ang kawali at lutuin ang salmon sa ilalim ng katamtamang init hanggang maging pantay na kayumanggi.

c) Ilagay sa isang platter at ibuhos ang teriyaki sauce sa ibabaw nito

d) At palamutihan ng puting linga at tinadtad na berdeng sibuyas

3. Onigiri

Laki ng Paghahatid: 3

Mga sangkap:
- Nori sheet, kung kinakailangan
- Umeboshi, isa
- Toyo, kalahating kutsarita
- Mirin, kalahating kutsarita
- Tuna, isang tasa
- Japanese mayonnaise, dalawang Tablespoons
- Salted salmon, isang piraso
- Lutong kanin, dalawang tasa

Mga direksyon:

a) Magluto ng kanin ayon sa iyong rice cooker o kung wala kang rice cooker, sundin ang mga Direksyon dito.

b) Ilipat ang nilutong bigas sa isang hiwalay na mangkok upang palamig ito.

c) Ihanda ang lahat ng mga palaman na iyong gagamitin at itabi.

d) Maghanda ng seaweed sheet.

e) Ilagay ang cling wrap sa ibabaw ng rice bowl.

f) Ilagay ang ilan sa nilutong bigas sa gitna ng cling wrap.

g) Maglagay ng humigit-kumulang 1 kutsarita ng umeboshi sa gitna ng kanin pagkatapos ay takpan ng kanin sa paligid.

h) I-wrap ang cling wrap sa ibabaw ng bigas at pisilin at hubugin ang bigas sa hugis tatsulok gamit ang iyong mga kamay.

i) Alisin ang cling wrap at takpan ang ilalim ng rice triangle na may nori sheet.

j) Handa nang ihain ang iyong ulam.

4. Japanese salmon at cucumber bites

Mga sangkap
- 1 pipino. Matapang na hiniwa
- ½ pound salmon fillet
- 1 ¼ kutsarita ng toyo
- 2 kutsarang scallion. Pinong tinadtad
- 1 kutsarita ng mirin
- 1 Ichimi togarashi (Japanese chili pepper)
- 1 kutsarita ng sesame oil
- ½ kutsarita ng black sesame seeds

Mga direksyon
a) Sa isang maliit na mangkok ng paghahalo, pagsamahin ang salmon, toyo, scallions, sesame oil, at mirin.

b) Ilagay ang mga hiwa ng pipino sa isang pinggan, kutsara ang isang scoop ng salmon dito, at ibuhos ang natitirang scallion at sesame seeds

5. Mga mangkok ng teriyaki ramen

Servings: 6

Mga sangkap
- 1 1/2 lbs salmon fillet, balat at butong asin at itim na paminta
- 5 kutsarang teriyaki marinade
- langis ng gulay, para sa pagpapahid
- 2 kutsarang red wine vinegar
- 1/4 C. matamis na sili
- 6 na kutsarang Asian fish sauce
- 3 kutsarang sariwang luya, gadgad
- 1 lb soba noodles
- 1 kutsarang instant bouillon granules
- 1/2 C. scallion, hiniwa ng manipis
- 1 1/2 C. Kangkong
- 1 kutsarang sesame seeds, toasted

Mga direksyon
a) Budburan ng asin at paminta ang mga fillet ng salmon.
b) Kumuha ng malaking zip lock bag: Pagsamahin sa loob nito ang mga fillet ng salmon kasama ang teriyaki marinade. I-seal ang bag at i-shake ito para maging coat. Upang gawin ang chili sauce:
c) Kumuha ng maliit na mangkok ng paghahalo: Ihalo dito ang suka, sili, patis at luya. Itabi ito.
d) Ihanda ang pansit ayon sa Direksyon sa pakete na walang pakete ng pampalasa.
e) Alisin ang mga fillet ng salmon mula sa marinade at lagyan ng kaunting mantika.
f) Maglagay ng malaking kawali sa katamtamang init at painitin ito. Lutuin dito ang salmon fillet sa loob ng 3 hanggang 4 na minuto sa bawat panig.
g) Idagdag ang kalahati ng salmon marinade sa kawali at balutin ang mga ito dito.
h) Itabi ang mga ito upang maupo ng 6 na minuto.

i) Gupitin ang salmon sa mga piraso pagkatapos ay idagdag dito ang spinach na may isang pakurot ng asin at paminta. Lutuin ang mga ito ng 2 hanggang 3 minuto.

j) Maglagay ng malaking kasirola sa katamtamang init. Magluto ng 6 C. ng tubig sa loob nito hanggang sa magsimula silang kumulo. Idagdag dito ang bouillon powder at ang mga puting scallion na piraso.

k) Bawasan ang apoy at ilagay sa isang tabi ang kaldero para makagawa ng sabaw.

l) Alisan ng tubig ang noodles at ilagay ito sa mga serving bowl. Ibuhos dito ang mainit na sabaw at lagyan ng salmon fillet. Enjoy.

6. Tanghalian Salmon Salad

Servings: 3

Mga sangkap:
- 1 tasa ng de-latang salmon, natuklap
- 1 kutsarang lemon juice
- 3 kutsarang yogurt na walang taba
- 2 kutsarang pulang kampanilya paminta, tinadtad
- 1 kutsarita ng capers, pinatuyo at tinadtad
- 1 kutsarang pulang sibuyas, tinadtad
- 1 kutsarita dill, tinadtad
- Isang kurot ng black pepper
- 3 buong hiwa ng tinapay na trigo

Direksyon:
a) Sa isang mangkok, pagsamahin ang salmon sa lemon juice, yogurt, bell pepper, capers, sibuyas, dill at black pepper at haluing mabuti.
b) Ikalat ito sa bawat hiwa ng tinapay at ihain para sa tanghalian.

7. Salmon sa Pesto

Yield: 4 na servings
Mga sangkap
- 4 (3-onsa) na walang balat na salmon fillet
- 1 bungkos ng asparagus, pinutol ang mga dulo
- 2 kutsarita ng langis ng oliba
- 1/2 kutsarita ng itim na paminta, hinati
- 4 kutsarita sariwang lemon juice, hinati
- 1 pint grape tomatoes, hatiin

PESTO
- 1/2 tasa na naka-pack na sariwang dahon ng basil
- 1 kutsarita, hilaw na hinukay na buto ng mirasol
- 1 kutsarang gadgad na parmesan cheese
- 1 sibuyas na bawang, tinadtad
- 1/16 kutsarita ng asin
- 1/16 kutsarita ng itim na paminta
- 2 kutsarang langis ng oliba

Direksyon:
a) Painitin ang oven sa 400 degrees Fahrenheit. 4 x 14-inch na piraso ng aluminum foil
b) Gawin ang pesto sauce. Pagsamahin ang basil, sunflower seeds, parmesan cheese, bawang, asin, at 1/16 kutsarita ng paminta sa isang food processor.
c) Pulse hanggang ang lahat ng mga sangkap ay isama at basil ay magaspang na tinadtad. Ibuhos ang 2 kutsarang langis ng oliba sa halo habang gumagana ang food processor hanggang sa makinis ang sauce.
d) Magdagdag ng 2 kutsarita ng langis ng oliba at 1/4 kutsarita ng paminta sa asparagus at ihalo nang mabuti. Timplahan ang salmon sa magkabilang panig ng natitirang 1/4 kutsarita ng paminta.
e) Ilagay ang isang-kapat ng asparagus sa isang foil sheet. 1 salmon fillet sa ibabaw Ibuhos ang 1 kutsarita ng lemon juice sa isda at ikalat ang 1 kutsarang pesto sa ibabaw.

f) Itaas ang salmon na may 1/4 tasa ng kalahating kamatis. I-wrap ang foil sa mga gilid, i-roll at i-crimp ang mga gilid, at mag-iwan ng air space sa tuktok ng packet.

g) Ulitin gamit ang natitirang Mga Sangkap upang makagawa ng kabuuang apat na pakete ng salmon.

h) Ilagay nang magkatabi sa baking sheet at maghurno ng 15-18 minuto, o hanggang maluto ang salmon. Enjoy!

8. Pinausukang Salmon at Cream Cheese sa Toast

Mga sangkap:
- 8 French baguette o rye bread slices
- $\frac{1}{2}$ tasa ng cream cheese na pinalambot
- 2 kutsarang puting sibuyas, hiniwa nang manipis
- 1 tasang pinausukang salmon, hiniwa
- $\frac{1}{4}$ cup butter, unsalted variety
- $\frac{1}{2}$ kutsarita Italian seasoning
- Mga dahon ng dill, makinis na tinadtad
- Asin at paminta para lumasa

Direksyon:

a) Sa isang maliit na kawali, matunaw ang mantikilya at unti-unting magdagdag ng Italian seasoning. Ikalat ang timpla sa mga hiwa ng tinapay.

b) I-toast ang mga ito sa loob ng ilang minuto sa pamamagitan ng paggamit ng bread toaster.

c) Ikalat ang ilang cream cheese sa toasted bread. Pagkatapos ay itaas na may pinausukang salmon at manipis na hiwa ng pulang sibuyas. Ulitin ang proseso hanggang magamit ang lahat ng toasted bread slices.

d) Ilipat sa isang serving platter at palamutihan ng pinong tinadtad na dahon ng dill sa itaas.

9. Pinausukang Salmon at Cream Cheese sa Toast

Servings: 5 servings

Mga sangkap
- 8 French baguette o rye bread slices
- ½ tasa ng cream cheese na pinalambot
- 2 kutsarang puting sibuyas, hiniwa nang manipis
- 1 tasang pinausukang salmon, hiniwa
- ¼ cup butter, unsalted variety
- ½ kutsarita Italian seasoning
- Mga dahon ng dill, makinis na tinadtad
- Asin at paminta para lumasa

Direksyon:
a) Sa isang maliit na kawali, matunaw ang mantikilya at unti-unting magdagdag ng Italian seasoning. Ikalat ang timpla sa mga hiwa ng tinapay.
b) I-toast ang mga ito sa loob ng ilang minuto sa pamamagitan ng paggamit ng bread toaster.
c) Ikalat ang ilang cream cheese sa toasted bread. Pagkatapos ay itaas na may pinausukang salmon at manipis na hiwa ng pulang sibuyas. Ulitin ang proseso hanggang magamit ang lahat ng toasted bread slices.
d) Ilipat sa isang serving platter at palamutihan ng pinong tinadtad na dahon ng dill sa itaas.

10. Salmon sa toast na may nilagang itlog

Mga sangkap
- 2 salmon fillet
- 1 bungkos ng asparagus, pinutol
- 2 makapal na hiwa ng toasted sourdough bread, bagong hiwa
- 2 libreng hanay na itlog

Direksyon:

a) Alisin ang mga fillet mula sa panlabas na bag at pagkatapos (habang nagyelo at nasa mga indibidwal na supot pa rin), ilagay ang mga fillet sa isang kawali at takpan ng malamig na tubig. Dalhin sa pigsa at kumulo malumanay sa loob ng 15 minuto.

b) Kapag luto na, kunin ang mga fillet ng salmon mula sa mga pouch at ilagay sa isang plato habang pinagsasama-sama mo ang ulam.

c) Habang nagluluto ang salmon, gawin ang hollandaise. Maglagay ng isang mangkok na hindi tinatablan ng init sa ibabaw ng isang kasirola na kalahating napuno mo ng tubig at dinala sa mahinang kumulo sa mahinang apoy. Ngayon matunaw ang mantikilya sa isang hiwalay na maliit na kawali at pagkatapos ay alisin mula sa apoy.

d) Ilagay ang pinaghiwalay na mga yolks ng itlog sa mangkok sa ibabaw ng maligamgam na tubig at magsimulang kumulo, unti-unting magdagdag ng white wine vinegar habang ginagawa mo ito. Magpatuloy sa paghagupit habang idinagdag mo ang tinunaw na mantikilya. Ang timpla ay magsasama-sama upang bumuo ng isang masarap na makinis, makapal na sarsa. Magdagdag ng ilang mga squeezes ng lemon juice kung ang sauce ay tila masyadong makapal. Banayad na timplahan ng kaunting asin at ilang sariwang giniling na itim na paminta.

e) Punan ang isang kawali ng tubig na kumukulo mula sa takure at pakuluan sa katamtamang init, pagdaragdag ng isang kurot ng asin sa dagat. Hatiin ang mga itlog nang paisa-isa sa mga tasa, at pagkatapos ay haluin ang tubig para gumalaw ito bago idagdag ang mga itlog, paisa-isa.

f) Iwanan upang maluto - 2 minuto para sa isang malambot na itlog, 4 na minuto para sa isang mas matibay. Alisin mula sa kawali gamit ang isang slotted na kutsara upang maubos. Pagkatapos ay maglagay ng walong sibat ng asparagus sa kawali ng kumukulong tubig at lutuin ng 1 - 1½ minuto hanggang malambot lang. Ilagay ang toast upang maluto pansamantala.

g) Lagyan ng mantikilya ang toast at itaas ang asparagus spears, pagkatapos ay ang nilagang itlog, isang kutsara o dalawa ng hollandaise at panghuli ang poached salmon fillet.

h) Timplahan ng sea salt at basag na black pepper at kainin agad!

11. Balot ng almusal ng salmon at itlog

Nagsisilbi: 1

Mga sangkap
- 2 malaking British lion itlog, pinalo
- 1 kutsarang tinadtad na sariwang dill o chives
- Isang kurot ng asin at sariwang giniling na itim na paminta
- Isang ambon ng langis ng oliba
- 2 kutsarang Greek yogurt na walang taba
- Isang maliit na gadgad na sarap at isang piga ng lemon juice
- 40g pinausukang salmon, hiniwa sa mga piraso
- Isang dakot ng watercress, spinach at rocket leaf salad

Direksyon:
a) Sa isang pitsel talunin ang mga itlog, damo, asin at paminta. Mag-init ng non-stick frying pan, ilagay ang mantika at pagkatapos ay ibuhos ang mga itlog at lutuin ng isang minuto o hanggang sa matuyo na ang itlog sa ibabaw.
b) I-flip at lutuin ng isa pang minuto hanggang sa maging ginintuang ang base. Ilipat sa isang board upang palamig.
c) Paghaluin ang yogurt na may lemon zest at juice at maraming ground black pepper. Ikalat ang pinausukang salmon sa ibabaw ng egg wrap, itaas ang mga dahon at ibuhos ang yogurt mix.
d) I-roll up ang egg wrap at balutin sa papel para ihain.

12. Creamy Potato Salmon Bites

Servings: 10 servings

Mga sangkap:
- 20 sanggol na pulang patatas
- 200 gramo ng pinausukang salmon, tinadtad sa kagat-laki ng mga piraso
- 1 tasa ng kulay-gatas
- 1 katamtamang puting sibuyas, tinadtad ng pino
- Asin at paminta para lumasa
- Mga sariwang dahon ng dill, tinadtad ng makinis

Direksyon:
a) Pakuluan ang isang malaking palayok ng tubig, pagkatapos ay magdagdag ng 2 kutsarang asin sa palayok. Ilagay ang patatas sa kaldero at lutuin ng 8-10 minuto o hanggang maluto ang patatas.
b) Ilabas kaagad ang mga patatas mula sa palayok at ilagay ito sa isang mangkok. Ibuhos ang malamig na tubig sa kanila upang ihinto ang proseso ng pagluluto. Patuyuin ng mabuti at itabi.
c) Sa isang medium na mangkok, pagsamahin ang natitirang mga sangkap. Palamigin sa loob ng refrigerator sa loob ng 5-10 minuto.
d) Hatiin ang sanggol na patatas sa kalahati at simutin ang ilang bahagi ng gitna ng patatas. Itapon ang scooped potato flesh sa pinalamig na creamy mixture. Pagsamahin nang mabuti sa iba pang mga sangkap.
e) Palamutihan ang mga patatas na may creamy mixture sa pamamagitan ng paggamit ng isang kutsarita o isang piping bag.
f) Budburan ng mas pinong tinadtad na dahon ng dill bago ihain.

13. Pinausukang Salmon Dip

Servings: 4 servings

Mga sangkap:
- 1 tasa ng pinausukang salmon, tinadtad
- 1 tasa ng cream cheese, temperatura ng kuwarto
- ½ tasa ng kulay-gatas, pinababang uri ng taba
- 1 tablespoons lemon juice, sariwang kinatas
- 1 tablespoons chives o dill, tinadtad
- ½ kutsarita ng mainit na sarsa
- Asin at paminta para lumasa
- French baguette slices o wheat thin crackers para ihain

Direksyon:
a) Sa food processor o electric mixer, ibuhos ang cream cheese, sour cream, lemon juice at mainit na sarsa. Blitz ang timpla hanggang makinis.
b) Ilipat ang timpla sa isang lalagyan. Idagdag ang tinadtad na pinausukang salmon at tinadtad na chives at ihalo nang maigi.
c) Ilagay ang timpla sa refrigerator sa loob ng isang oras, pagkatapos ay palamutihan ng higit pang tinadtad na chives. Ihain ang pinalamig na salmon spread na may mga hiwa ng baguette o manipis na crackers.

14. Snack smoke salmon canapés

Magbubunga: 1 serving

sangkap
- 6 ounces Creamed cheese (pinalambot)
- 25 Canapés bases parsley
- 2 kutsarita Inihanda na mustasa
- 4 ounces Pinausukang salmon

Direksyon:

a) Paghaluin ang cream cheese at mustasa; ikalat ang bahagi ng pinaghalong manipis sa mga base ng canapé.

b) Maglagay ng piraso ng salmon sa bawat canapé, sa itaas na may tuldok ng natitirang timpla, o kung gusto, i-pipe ang lahat ng pinaghalong cream cheese sa paligid ng base.

c) Itaas ang bawat isa ng isang sprig ng perehil.

15. Inihurnong salmon croquette

Yield: 6 Servings

sangkap
- 2 kutsarang Mantikilya; lumambot
- 1½ libra sariwang salmon; niluto
- 2 tasang sariwang mumo ng tinapay
- 1 kutsarang Scallion
- 1 kutsarang sariwang dill; snipped
- ½ limon; sarap ng, gadgad
- 1 Itlog
- 1 tasa ng mabigat na cream
- ½ kutsarita ng Asin
- ½ tasa ng kulay-gatas
- Caviar
- Lemon wedges

Direksyon:

a) Ilagay ang flaked salmon sa isang mangkok.

b) Magdagdag ng ¾ tasa ng mga mumo ng tinapay, scallion, dill, lemon zest, itlog, at cream. Malumanay na paghaluin gamit ang isang tinidor. Timplahan ng asin, paminta, at cayenne pepper. Dot na may natitirang Tablespoons ng mantikilya.

c) Ayusin ang mga tasa sa isang kawali. Ibuhos ang sapat na mainit na tubig upang makarating sa kalahati ng mga gilid ng ramekin. Maghurno hanggang medyo matibay at itakda, mga 30 minuto.

d) Palamigin ng 5 hanggang 10 minuto.

e) Ang mga croquette ay maaaring hindi hinulma, kanang bahagi, o ihain sa mga ramekin. Itaas ang bawat croquette na may sour cream at caviar, o simpleng palamutihan ng lemon.

16. Mga pakete ng inihurnong salmon

Yield: 4 na Servings

sangkap
- 4 Salmon filets
- 4 kutsarita Mantikilya
- 8 Mga sanga ng thyme, sariwa
- 8 sanga ng perehil, sariwa
- 4 na sibuyas ng bawang, tinadtad
- 4 na kutsarang White wine, tuyo
- ½ kutsarita ng Asin
- ½ kutsarita Itim na paminta, giniling

Direksyon:
a) Painitin ang oven sa 400 degrees. Maglagay ng 4 na malalaking piraso ng foil sa isang gumaganang ibabaw, makintab na gilid pababa. I-spray ang loob ng vegetable cooking spray. Maglagay ng fish filet sa bawat piraso ng foil. Pantay-pantay na hatiin ang thyme, perehil, bawang, asin, paminta, at alak sa mga isda.

b) Dot bawat filet na may isang kutsarita ng mantikilya at pagkatapos ay ligtas na tiklupin at selyuhan ang mga gilid. Ilagay ang mga pakete sa isang baking sheet at maghurno ng 10-12 minuto. Ilagay ang mga pakete sa mga plato at maingat na buksan.

17. Black bean at salmon pampagana

sangkap
- 8 tortilla ng mais;
- 16 ounces mais black beans;
- 7 onsa pink na salmon
- 2 kutsarang langis ng Safflower
- ¼ tasa sariwang katas ng kalamansi
- ¼ tasa sariwang perehil; tinadtad
- ½ kutsarita ng sibuyas na pulbos
- ½ kutsarita ng asin sa kintsay
- ¾ kutsarita ng giniling na kumin
- ¾ kutsarita ng bawang; tinadtad
- ½ kutsarita ng Lime zest; gadgad
- ¼ kutsarita ng Red pepper flakes; natuyo
- ¼ kutsarita ng sili;

Direksyon:
a) Painitin ang oven sa 350 degrees. Gupitin ang mga tortilla sa mga tatsulok at i-toast ang oven hanggang sa malutong, mga 5 minuto.
b) Pagsamahin ang beans at salmon, i-flake ang salmon gamit ang isang tinidor.
c) Paghaluin ang natitirang mga sangkap; palamig upang maghalo ng mga lasa. Ihain kasama ng tortilla chips

18. Mga rolyo ng salmon

Magbubunga: 6 na servings
sangkap
- 6 Pinausukang salmon; hiniwa ng manipis
- 1 Inihanda na masa ng tinapay
- 1 Itlog; binugbog
- Berdeng sibuyas; pinong tinadtad
- Sariwang paminta sa lupa

Direksyon:
a) Pagkatapos matunaw, igulong ang inihandang kuwarta sa isang 9-pulgadang bilog.
b) Takpan ang tuktok ng mga piraso ng salmon at magdagdag ng mga pampalasa.
c) Gupitin ang bilog sa hugis-wedge na mga piraso at igulong ang bawat isa nang mahigpit, simula sa labas na gilid. I-brush ang roll gamit ang pinalo na itlog at maghurno sa 425 para sa mga 15 minuto.
d) Ihain nang mainit bilang pampagana o kasama ng tanghalian.

19. Magic inihurnong salmon

Gumagawa ng 1 serving

Mga sangkap
- 1 salmon fillet
- 2 kutsarita ng Salmon Magic
- Unsalted butter, natunaw

Mga direksyon
a) Painitin ang hurno sa 450 F.
b) Banayad na i-brush ang tuktok at gilid ng salmon fillet na may tinunaw na mantikilya. Banayad na i-brush ang isang maliit na sheet pan na may tinunaw na mantikilya.
c) Timplahan ng Salmon Magic ang tuktok at gilid ng salmon fillet. Kung makapal ang fillet, gumamit ng kaunti pang Salmon Magic. Pindutin nang dahan-dahan ang pampalasa.
d) Ilagay ang fillet sa sheet pan at maghurno hanggang ang tuktok ay ginintuang kayumanggi, at ang fillet ay luto na. Upang magkaroon ng basa-basa, pink na salmon, huwag mag-overcook. Ihain kaagad.
e) Oras ng pagluluto: 4 hanggang 6 na minuto.

20. Salmon na may Pomegranate at Quinoa

Servings: 4 servings

Mga sangkap
- 4 na fillet ng salmon, walang balat
- ¾ cup pomegranate juice, walang asukal (o mababang uri ng asukal)
- ¼ tasa ng orange juice, walang asukal
- 2 kutsarang orange marmalade/jam
- 2 kutsarang bawang, tinadtad
- Asin at paminta para lumasa
- 1 tasa ng quinoa, niluto ayon sa pakete
- Ilang sprigs ng cilantro

Direksyon:

a) Sa isang medium bowl, pagsamahin ang pomegranate juice, orange juice, orange marmalade at bawang. Timplahan ng asin at paminta at ayusin ang lasa ayon sa kagustuhan.

b) Painitin ang hurno sa 400F. Grasa ang baking dish ng pinalambot na mantikilya. Ilagay ang salmon sa baking pan, mag-iwan ng 1-pulgadang espasyo sa pagitan ng mga fillet.

c) Magluto ng salmon sa loob ng 8-10 minuto. Pagkatapos ay maingat na alisin ang kawali mula sa oven at ibuhos ang pinaghalong granada. Siguraduhin na ang tuktok ng salmon ay pantay na pinahiran ng pinaghalong. Ibalik ang salmon sa oven at lutuin ng 5 minuto pa o hanggang sa ito ay ganap na maluto at ang pinaghalong granada ay naging gintong glaze.

d) Habang nagluluto ang salmon, ihanda ang quinoa. Pakuluan ang 2 tasa ng tubig sa katamtamang init at idagdag ang quinoa. Magluto ng 5-8 minuto o hanggang masipsip ang tubig. Alisin ang apoy, pahimulmulin ang quinoa gamit ang isang tinidor at ibalik ang takip. Hayaang maluto ang natitirang init ng quinoa sa loob ng 5 minuto.

e) Ilipat ang pomegranate-glazed salmon sa isang serving dish at iwiwisik ang sariwang tinadtad na cilantro. Ihain ang salmon na may quinoa.

21. Baked Salmon at Sweet Potatoes

Servings: 4 servings

Mga sangkap
- 4 na fillet ng salmon, inalis ang balat
- 4 na katamtamang laki ng kamote, binalatan at gupitin sa 1 pulgadang kapal
- 1 tasa ng broccoli florets
- 4 na kutsarang purong pulot (o maple syrup)
- 2 kutsarang orange marmalade/jam
- 1 1-pulgadang sariwang ginger knob, gadgad
- 1 kutsarita ng Dijon mustard
- 1 tablespoons sesame seeds, toasted
- 2 kutsarang unsalted butter, natunaw
- 2 kutsarita ng sesame oil
- Asin at paminta para lumasa
- Spring onions/scallions, sariwang tinadtad

Direksyon:
a) Painitin muna ang oven sa 400F. Grasa ang baking pan ng tinunaw na unsalted butter.
b) Ilagay ang hiniwang kamote at broccoli florets sa kawali. Banayad na timplahan ng asin, paminta at isang kutsarita ng sesame oil. Siguraduhin na ang mga gulay ay bahagyang pinahiran ng sesame oil.
c) Maghurno ng patatas at broccoli sa loob ng 10-12 minuto.
d) Habang ang mga gulay ay nasa oven pa, ihanda ang matamis na glaze. Sa isang mixing bowl, idagdag ang honey (o maple syrup), orange jam, grated ginger, sesame oil at mustard.
e) Maingat na alisin ang baking pan mula sa oven at ikalat ang mga gulay sa gilid upang bigyan ng puwang ang isda.
f) Banayad na timplahan ng asin at paminta ang salmon.
g) Ilagay ang salmon fillet sa gitna ng baking pan at ibuhos ang matamis na glaze sa salmon at mga gulay.

h) Ibalik ang kawali sa oven at lutuin ng karagdagang 8-10 minuto o hanggang sa malambot na tinidor ang salmon.

i) Ilipat ang salmon, kamote at broccoli sa isang magandang serving platter. Palamutihan ng sesame seeds at spring onions.

22. Inihurnong Salmon na may Black Bean Sauce

Servings: 4 servings

Mga sangkap
- Inalis ang 4 na fillet ng salmon, balat at pin bone
- 3 kutsarang black bean sauce o black bean garlic sauce
- ½ tasang stock ng manok (o stock ng gulay bilang mas malusog na kapalit)
- 3 kutsarang bawang, tinadtad
- 1 1-pulgadang sariwang ginger knob, gadgad
- 2 kutsarang sherry o sake (o anumang alak sa pagluluto)
- 1 tablespoons lemon juice, sariwang kinatas
- 1 kutsarang patis ng isda
- 2 kutsarang brown sugar
- ½ kutsarita ng pulang chili flakes
- Mga sariwang dahon ng kulantro, pinong tinadtad
- Spring onion bilang palamuti

Direksyon:
a) Grasa ang isang malaking baking pan o lagyan ng parchment paper. Painitin muna ang oven sa 350F.
b) Pagsamahin ang stock ng manok at black bean sauce sa isang medium bowl. Idagdag ang tinadtad na bawang, gadgad na luya, sherry, lemon juice, patis, brown sugar at chili flakes. Haluing mabuti hanggang sa ganap na matunaw ang brown sugar.
c) Ibuhos ang black bean sauce sa salmon fillet at payagan ang salmon na ganap na masipsip ang black bean mixture nang hindi bababa sa 15 minuto.
d) Ilipat ang salmon sa baking dish. Magluto ng 15-20 minuto. Siguraduhing hindi masyadong tuyo ang salmon sa oven.
e) Ihain kasama ng tinadtad na kulantro at spring onion.

23. Paprika Grilled Salmon na may Spinach

Servings: 6 servings

Mga sangkap
- 6 pink na salmon fillet, 1-pulgada ang kapal
- ¼ tasa ng orange juice, bagong lamutak
- 3 kutsarita ng tuyo na thyme
- 3 kutsarang extra virgin olive oil
- 3 kutsarita ng matamis na paprika powder
- 1 kutsarita ng cinnamon powder
- 1 kutsarang brown sugar
- 3 tasang dahon ng spinach
- Asin at paminta para lumasa

Direksyon:

a) Banayad na magsipilyo ng olive sa bawat gilid ng salmon fillet, pagkatapos ay timplahan ng paprika powder, asin at paminta. Itabi sa loob ng 30 minuto sa temperatura ng kuwarto. Hinahayaan ang salmon na sumipsip ng paprika rub.

b) Sa isang maliit na mangkok, paghaluin ang orange juice, pinatuyong thyme, cinnamon powder at brown sugar.

c) Painitin muna ang oven sa 400F. Ilipat ang salmon sa isang foil-lined baking pan. Ibuhos ang marinade sa salmon. Magluto ng salmon sa loob ng 15-20 minuto.

d) Sa isang malaking kawali, magdagdag ng isang kutsarita ng extra virgin olive oil at lutuin ang spinach nang mga ilang minuto o hanggang malanta.

e) Ihain ang baked salmon na may spinach sa gilid.

24. Salmon Teriyaki na may Gulay

Servings: 4 servings

Mga sangkap

- Inalis ang 4 na fillet ng salmon, balat at pin bone
- 1 malaking kamote (o simpleng patatas), gupitin sa laki ng kagat
- 1 malaking karot, gupitin sa laki ng kagat
- 1 malaking puting sibuyas, gupitin sa mga wedges
- 3 malalaking bell peppers (berde, pula at dilaw), tinadtad
- 2 tasang broccoli florets (maaaring palitan ng asparagus)
- 2 kutsarang extra virgin olive oil
- Asin at paminta para lumasa
- Mga sibuyas sa tagsibol, makinis na tinadtad
- Teriyaki sauce
- 1 tasang tubig
- 3 kutsarang toyo
- 1 kutsarang bawang, tinadtad
- 3 kutsarang brown sugar
- 2 kutsarang purong pulot
- 2 kutsarang corn starch (natunaw sa 3 kutsarang tubig)
- $\frac{1}{2}$ kutsarang toasted sesame seeds

Direksyon:

a) Sa isang maliit na kawali, haluin ang toyo, luya, bawang, asukal, pulot at tubig sa mahinang apoy. Haluin nang tuluy-tuloy hanggang sa mabagal na kumulo ang timpla. Haluin ang cornstarch water at hintaying lumapot ang timpla. Idagdag ang sesame seeds at itabi.

b) Grasa ang isang malaking baking dish ng unsalted butter o cooking spray. Painitin muna ang oven sa 400F.

c) Sa isang malaking mangkok, itapon ang lahat ng mga gulay at ibuhos ang langis ng oliba. Haluing mabuti hanggang sa malagyan ng mantika ang mga gulay. Timplahan ng bagong lamat na paminta at kaunting asin. Ilipat ang mga gulay sa baking dish.

Ikalat ang mga gulay sa mga gilid at mag-iwan ng ilang espasyo sa gitna ng baking dish.

d) Ilagay ang salmon sa gitna ng baking dish. Ibuhos ang 2/3 ng teriyaki sauce sa mga gulay at salmon.

e) Maghurno ng salmon sa loob ng 15-20 minuto.

f) Ilipat ang inihurnong salmon at inihaw na gulay sa isang magandang serving platter. Ibuhos ang natitirang teriyaki sauce at palamutihan ng tinadtad na spring onions.

25. Asian-Style Salmon na may Noodles

Servings: 4 servings

Mga sangkap

Salmon
- 4 na fillet ng salmon, inalis ang balat
- 2 kutsarang inihaw na sesame oil
- 2 kutsarang purong pulot
- 3 kutsarang light soy sauce
- 2 kutsarang puting suka
- 2 kutsarang bawang, tinadtad
- 2 kutsarang sariwang luya, gadgad
- 1 kutsarita ng inihaw na linga
- Tinadtad na spring onion para sa dekorasyon

Bigas na pansit
- 1 pack ng Asian rice noodles

sarsa
- 2 kutsarang patis
- 3 kutsarang katas ng kalamansi, bagong lamutak
- Chili flakes

Direksyon:

a) Para sa salmon marinade, pagsamahin ang sesame oil, toyo, suka, pulot, tinadtad na bawang at linga. Ibuhos sa salmon at hayaang mag-marinate ang isda sa loob ng 10-15 minuto.

b) Ilagay ang salmon sa isang baking dish, na bahagyang pinahiran ng langis ng oliba. Magluto ng 10-15 minuto sa 420F.

c) Habang ang salmon ay nasa oven, lutuin ang rice noodles ayon sa mga direksyon ng pakete. Patuyuin ng mabuti at ilipat sa mga indibidwal na mangkok.

d) Paghaluin ang patis, katas ng kalamansi at chili flakes at ibuhos sa rice noodles.

e) Itaas ang bawat mangkok ng noodle na may mga bagong lutong salmon fillet. Palamutihan ng spring onions at sesame seeds.

26. Inilagang Salmon sa Tomato Garlic Broth

Nagsisilbi 4

Mga sangkap
- 8 cloves ng bawang
- mga sibuyas
- kutsarita ng extra virgin olive oil
- 5 hinog na kamatis
- 1 1/2 tasa ng tuyong puting alak
- 1 tasang tubig
- 8 sprigs ng thyme 1/4 kutsarita sea salt
- 1/4 kutsarita sariwang itim na paminta
- 4 Copper River Sockeye Salmon fillet puting truffle oil (opsyonal)

Mga direksyon

a) Balatan at gupitin ang mga sibuyas ng bawang at shallots. Sa isang malaking braising dish o sauté pan na may takip, ilagay ang olive oil, bawang, at shallots. Pawis sa medium-low heat hanggang malambot, mga 3 minuto.

b) Ilagay ang mga kamatis, alak, tubig, thyme, asin, at paminta sa kawali at pakuluan. Sa sandaling kumulo, bawasan ang init sa isang kumulo at takpan.

c) Pakuluan ng 25 minuto hanggang sa pumutok ang mga kamatis na naglalabas ng kanilang katas. Gamit ang isang kahoy na kutsara o spatula, durugin ang mga kamatis sa isang pulp. Pakuluan nang walang takip para sa isa pang 5 minuto hanggang sa bahagyang nabawasan ang sabaw.

d) Habang kumukulo pa ang sabaw, ilagay ang salmon sa sabaw. Takpan at i-poach ng 5 hanggang 6 na minuto lamang hanggang sa madaling matuklap ang isda. Ilagay ang isda sa isang plato at itabi. Maglagay ng salaan sa isang malaking mangkok at ibuhos ang natitirang sabaw sa salaan. Salain ang sabaw at itinatapon ang mga solidong natitira. Tikman ang sabaw at magdagdag ng asin at paminta kung kinakailangan.

e) Ang simpleng butter mashed patatas o kahit na inihaw na patatas ay isang magandang bahagi sa pagkain na ito. Pagkatapos ay itaas na may sautéed asparagus at ang poached salmon.

f) Ibuhos ang pilit na sabaw sa paligid ng salmon. Magdagdag ng isang ambon ng puting truffle oil kung ninanais. maglingkod.

27. Inihaw na Salmon

Mga sangkap
- Maliit na salmon filets, humigit-kumulang 6 na onsa

Mga direksyon
a) Maglagay ng humigit-kumulang kalahating pulgada ng tubig sa isang maliit, 5-6-pulgada na kawali, takpan ito, painitin ang tubig upang kumulo, pagkatapos ay ilagay ang filet na natatakpan sa loob ng apat na minuto.
b) Magdagdag ng anumang pampalasa na gusto mo sa salmon o sa tubig.
c) Ang apat na minuto ay umalis sa gitna na hindi luto at napaka-makatas.
d) Hayaang lumamig nang kaunti ang filet at gupitin ito sa pulgada at kalahating lapad na piraso.
e) Idagdag sa isang salad kasama ang lettuce (anumang uri) magandang kamatis, magandang hinog na abukado, pulang sibuyas, crouton, at anumang masarap na dressing.

28. Poached Salmon na may Green Herb Salsa

Servings: 4 servings

Mga sangkap
- 3 tasang tubig
- 4 na bag ng berdeng tsaa
- 2 malalaking salmon fillet (mga 350 gramo bawat isa)
- 4 na kutsarang extra virgin olive oil
- 3 tablespoons lemon juice, sariwang kinatas
- 2 kutsarang parsley, sariwang tinadtad
- 2 kutsarang basil, sariwang tinadtad
- 2 kutsarang oregano, sariwang tinadtad
- 2 kutsarang Asian chives, sariwang tinadtad
- 2 kutsarang dahon ng thyme
- 2 kutsarita ng bawang, tinadtad

Direksyon:
a) Pakuluan ang tubig sa isang malaking palayok. Idagdag ang green tea bags, pagkatapos ay alisin sa init.
b) Hayaang matarik ang mga bag ng tsaa sa loob ng 3 minuto. Ilabas ang mga supot ng tsaa mula sa palayok at pakuluan ang tubig na binuhusan ng tsaa. Idagdag ang salmon at bawasan ang apoy.
c) I-poach ang salmon fillet hanggang sa maging malabo sa gitnang bahagi. Lutuin ang salmon sa loob ng 5-8 minuto o hanggang sa ganap na maluto.
d) Alisin ang salmon mula sa kawali at itabi.
e) Sa isang blender o food processor, itapon ang lahat ng sariwang tinadtad na damo, langis ng oliba at lemon juice. Haluing mabuti hanggang sa mabuo ang timpla sa isang makinis na i-paste. Timplahan ng asin at paminta ang paste. Maaari mong ayusin ang mga pampalasa kung kinakailangan.
f) Ihain ang inihaw na salmon sa isang malaking pinggan at itaas ang sariwang herb paste.

29. Poached salmon na may malagkit na bigas

Yield: 1 servings

Mga sangkap
- 5 tasang langis ng oliba
- 2 ulo luya; nabasag
- 1 ulo ng bawang; nabasag
- 1 bungkos ng Scallions; hiniwa
- 4 piraso ng salmon; (6-onsa)
- 2 tasang Japanese rice; pinasingaw
- ¾ tasa ng Mirin
- 2 Scallions; hiniwa
- ½ tasa ng pinatuyong seresa
- ½ tasa ng pinatuyong blueberries
- 1 sheet nori; gumuho
- ½ tasa ng lemon juice
- ½ tasang stock ng isda
- ¼ tasang Ice wine
- ¾ tasa ng grapeseed oil
- ½ tasang pinatuyong mais sa hangin

Mga direksyon

a) Sa isang kasirola, dalhin ang langis ng oliba hanggang sa 160 degrees. Idagdag ang tinadtad na luya, bawang, at scallion. Alisin ang pinaghalong mula sa apoy at hayaang mag-infuse sa loob ng 2 oras. Pilitin.

b) I-steam ang kanin at pagkatapos ay timplahan ng mirin. Kapag lumamig, ihalo ang hiniwang scallions. Dalhin ang langis ng oliba hanggang sa 160 degrees. Idagdag ang tinadtad na luya, bawang, at scallion. Kunin ang berries at seaweed.

c) Upang gawin ang sarsa, pakuluan ang lemon juice, stock ng isda, at ice wine. Alisin mula sa init at timpla sa grapeseed oil. Timplahan ng asin at paminta.

d) Upang i-poach ang isda, dalhin ang poaching oil hanggang sa humigit-kumulang 160 degrees sa isang malalim na kasirola. Timplahan ng asin at paminta ang salmon at malumanay na isawsaw ang buong piraso ng isda sa mantika. Hayaang mag-poach nang malumanay ng mga 5 minuto o hanggang sa rare-medium.

e) Habang niluluto ang isda, ilagay ang rice salad sa isang plato at lagyan ng lemon sauce. Ilagay ang sinigang isda sa rice salad kapag tapos na itong i-poach.

30. Citrus Salmon Fillet

Nagsisilbi ng 4 na tao

Mga sangkap
- ¾ kg sariwang salmon fillet
- 2 kutsarang Manuka flavored o plain honey
- 1 kutsarang sariwang kinatas na katas ng kalamansi
- 1 kutsarang sariwang kinatas na orange juice
- ½ kutsarang Lime zest
- ½ kutsarang Orange zest
- ½ pakurot ng asin at paminta
- ½ kalamansi na hiniwa
- ½ kahel na hiniwa
- ½ dakot ng Fresh Thyme at Micro Herbs

Mga direksyon

a) Gumamit ng humigit-kumulang 1.5kg + Fresh Regal Salmon Fillet, Naka-on ang balat, nakalabas ang buto.

b) Magdagdag ng Orange, Lime, Honey, Salt, pepper at zest - pagsamahin ng mabuti

c) Kalahating oras bago lutuin ang fillet na may pastry brush at likidong citrus.

d) Hatiin nang manipis ang Orange at Limes

e) Maghurno sa 190degrees sa loob ng 30 minuto pagkatapos ay suriin, maaaring mangailangan ng isa pang 5 minuto depende sa kung paano mo gusto ang iyong salmon.

f) Alisin sa oven at budburan ng Fresh Thyme at Micro herbs

31. Salmon Lasagne

Nagsisilbi ng 4 na tao

Mga sangkap
- 2/3 bahagi (mga) Gatas para sa poaching
- 2/3 gramo ng nilutong lasagne sheet
- 2/3 tasa (mga) Sariwang Dill
- 2/3 tasa (mga) gisantes
- 2/3 tasa (mga) Parmesan
- 2/3 Ball ng Mozzarella
- 2/3 na sarsa
- 2/3 Bag ng Baby Spinach
- 2/3 tasa (mga) Cream
- 2/3 kutsarita (mga) Nutmeg

Mga direksyon
a) Una, gawin ang béchamel at spinach sauce at i-poach ang salmon. Para sa sarsa ng béchamel, matunaw ang mantikilya sa isang maliit na kasirola. Haluin ang harina at lutuin ng ilang minuto hanggang mabula, patuloy na pagpapakilos.
b) Dahan-dahang idagdag ang mainit na gatas, ihalo palagi, hanggang sa makinis ang sarsa. Pakuluan nang mahina, patuloy na pagpapakilos hanggang sa lumapot ang sarsa. Timplahan ng asin at paminta ayon sa panlasa.
c) Upang gawin ang spinach sauce, gupitin at hugasan ang spinach. Sa tubig na nakakapit pa sa mga dahon, ilagay ang kangkong sa malaking kasirola, takpan ng takip at kumulo ng mahina hanggang sa malanta lang ang mga dahon.
d) Alisan ng tubig at pisilin ang labis na tubig. Ilipat ang spinach sa isang blender o food processor idagdag ang cream at nutmeg. Pulse upang pagsamahin pagkatapos ay timplahan ng asin at paminta.
e) Painitin muna ang hurno sa 180degC. Grasa ang isang malaking baking dish. Dahan-dahang i-poach ang salmon sa gatas

hanggang sa maluto lang, at pagkatapos ay hatiin sa malalaking tipak. Itapon ang gatas.

f) Takpan ng manipis ang ilalim ng baking dish na may 1 tasa ng béchamel sauce.

g) Ikalat ang isang magkakapatong na layer ng lasagne sheet sa ibabaw ng sauce, pagkatapos ay ikalat sa isang layer ng spinach sauce at ilagay ang kalahati ng mga piraso ng salmon nang pantay-pantay sa ibabaw nito. Budburan ng ilang tinadtad na dill. Magdagdag ng isa pang layer ng lasagne, pagkatapos ay magdagdag ng isang layer ng béchamel sauce at iwiwisik ito ng mga gisantes para sa isang magaspang na takip.

h) Ulitin muli ang mga layer, kaya ang lasagne, spinach at salmon nito, dill, lasagne, béchamel sauce at pagkatapos ay mga gisantes. Tapusin sa isang huling layer ng lasagne, pagkatapos ay isang manipis na layer ng béchamel sauce. Itaas ang grated parmesan cheese, at mga piraso ng sariwang mozzarella.

i) I-bake ang lasagne sa loob ng 30 minuto, o hanggang mainit at

32. Teriyaki Salmon Fillets

Nagsisilbi ng 4 na tao

Mga sangkap
- 140 gramo 2 x twin Regal 140g Mga sariwang salmon na bahagi
- 1 tasa (mga) caster sugar
- 60 ML toyo
- 60 ML mirin seasoning
- 60 ML mirin seasoning
- 1 pack ng organic udon noodles

Mga direksyon
a) I-marinate ang 4 x 140g na piraso ng Fresh Regal salmon, gamit ang caster sugar, toyo, mirin sauce, paghaluin ng mabuti ang lahat ng 3 sangkap at iwanan sa salmon sa loob ng 30 minuto.
b) Pakuluan ang tubig at idagdag ang organikong udon noodles at hayaang kumulo ito ng mabilis sa loob ng 10 minuto.
c) Hiwain ng manipis ang shallots at itabi.
d) Magluto ng mga bahagi ng salmon fillet sa isang kawali sa katamtaman hanggang sa mataas na init sa loob ng 5 minuto pagkatapos ay lumiko mula sa gilid patungo sa gilid, buhos ang anumang karagdagang sarsa.
e) Kapag handa na ang noodles na ikalat sa plato, itaas na may salmon

33. Crispy Skin Salmon na may Caper Dressing

Nagsisilbi ng 4 na tao

Mga sangkap
- 4 Fresh NZ Salmon Fillet 140g na bahagi
- 200 ML Premium na langis ng oliba
- 160 ML White balsamic vinegar
- 2 sibuyas ng bawang dinurog
- 4 tablespoons capers tinadtad
- 4 na kutsarang parsley na tinadtad
- 2 tablespoons dill tinadtad

Mga direksyon
a) Pahiran ang salmon fillet sa 20ml ng olive oil at timplahan ng asin at paminta.
b) Magluto sa mataas na init gamit ang isang non-stick fry pan sa loob ng 5 minuto, paikutin ang itaas hanggang ibaba at gilid sa gilid.
c) Ilagay ang natitirang mga sangkap sa isang mangkok at ihalo, ito ang iyong dressing, kapag ang salmon ay luto na, kutsara ang dressing sa ibabaw ng fillet, balat side up.
d) Ihain kasama ng Pear, walnut, halloumi at rocket salad

34. Salmon Fillet na may Caviar

Nagsisilbi ng 4 na tao

Mga sangkap
- 1 kutsarita ng Asin
- 1 Lime wedges
- 10 Shallots (sibuyas) binalatan
- 2 kutsarang soy oil (dagdag para sa pagsisipilyo)
- 250 gramo ng Cherry Tomatoes na Hinati
- 1 Maliit na Berdeng Sili na hiniwa ng manipis
- 4 na kutsarang Lime Juice
- 3 kutsarang patis
- 1 kutsarang Asukal
- 1 dakot na sanga ng kulantro
- 1 1/2kg Fresh Salmon Fillet s/on b/out
- 1 garapon ng Salmon Roe (Caviar)
- 3/4 Pipino na Binalatan, Hinati sa Halagang Haba, tinanggalan ng binhi at hiniwa ng manipis

Mga direksyon
a) Painitin muna ang hurno sa 200degC, ngunit hiniwang pipino sa isang ceramic bowl, kasama ang asin, itabi sa loob ng 30minuto para maatsara ito.
b) Ilagay ang Shallots sa isang maliit na litson, idagdag ang soy oil, ihalo nang mabuti at ilagay sa oven sa loob ng 30 minuto, hanggang sa sila ay malambot at maayos na kayumanggi.
c) Alisin mula sa oven at itabi upang lumamig, samantala hugasan ang inasnan na pipino, sa ilalim ng maraming malamig na tubig na umaagos, pagkatapos ay pisilin ang tuyo sa mga dakot at ilagay sa isang mangkok.
d) Painitin muna ang oven grill sa sobrang init, hatiin ang mga shallots at idagdag ang mga ito sa pipino.
e) Magdagdag ng mga kamatis, sili, katas ng kalamansi, patis, asukal, mga sanga ng kulantro at sesame oil at haluing mabuti.

f) Tikman - kung kinakailangan ayusin ang matamis, na may asukal at katas ng kalamansi - itabi.

g) Ilagay ang salmon sa may langis na baking paper, i-brush ang salmon sa ibabaw ng soy oil, timplahan ng asin at paminta, ilagay sa ilalim ng grill sa loob ng 10 minuto o hanggang sa maluto at bahagyang browned.

h) Alisin sa oven, i-slide sa isang platter, iwiwisik ang pinaghalong kamatis at pipino at kutsarang Salmon Roe.

i) Ihain kasama ng Lime Wedges at Kanin

35. Mga inihaw na anchovy na salmon steak

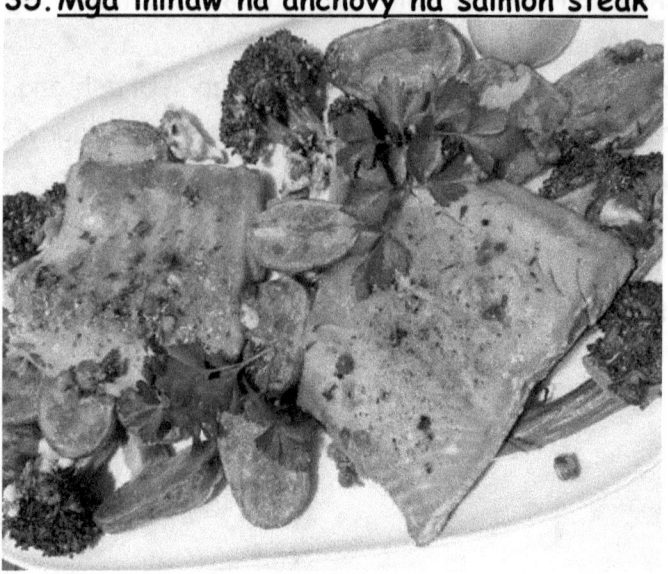

Yield: 4 na servings

sangkap
- 4 Salmon steak
- Parsley sprigs
- Lemon wedges ---anchovy butter-----
- 6 fillet ng bagoong
- 2 kutsarang Gatas
- 6 na kutsarang Mantikilya
- 1 patak ng sarsa ng Tabasco
- Paminta

Mga direksyon

a) Painitin muna ang grill sa mataas na init. Langis ang grill rack at ilagay ang bawat steak upang matiyak ang pantay na init. Maglagay ng maliit na knob ng Anchovy Butter (hatiin ang isang quarter ng mixture sa apat) sa bawat steak. Mag-ihaw ng 4 na minuto.

b) I-on ang mga steak na may hiwa ng isda at ilagay ang isa pang quarter ng mantikilya sa gitna ng mga steak. Mag-ihaw sa pangalawang bahagi ng 4 na minuto. Bawasan ang apoy at hayaang magluto ng karagdagang 3 minuto, mas mababa kung ang mga steak ay manipis.

c) Ihain na may maayos na nakaayos na pat ng anchovy butter sa ibabaw ng bawat steak.

d) Palamutihan ng parsley sprigs at lemon wedges.

e) Anchovy Butter: Ibabad ang lahat ng anchovy fillet sa gatas. Mash sa isang mangkok na may kahoy na kutsara hanggang mag-atas. Pagsamahin ang lahat ng mga sangkap at palamigin.

f) Nagsisilbi 4.

36. BBQ smoke-grilled salmon

Yield: 4 na Servings

sangkap
- 1 kutsarita Grated lime rind
- ¼ tasa katas ng kalamansi
- 1 kutsarang langis ng gulay
- 1 kutsarita ng Dijon mustard
- 1 kurot na Paminta
- 4 na salmon steak, 1-pulgada ang kapal [1-1/2 lb.]
- ⅓ tasa toasted sesame seed

Mga direksyon

a) Sa mababaw na ulam, pagsamahin ang balat ng kalamansi at katas, mantika, mustasa at paminta; magdagdag ng isda, lumiliko sa amerikana. Takpan at i-marinate sa temperatura ng kuwarto sa loob ng 30 minuto, paminsan-minsan.

b) Pagreserba ng marinade, alisin ang isda; budburan ng sesame seed. Ilagay sa greased grill nang direkta sa katamtamang init. Magdagdag ng mga basang kahoy na chips.

c) Takpan at lutuin, baligtarin at bastedin ng marinade sa kalahati, sa loob ng 16-20 minuto o hanggang madaling matuklap ang isda kapag nasubok gamit ang tinidor.

37. Charcoal grilled salmon at black beans

Yield: 4 na servings

sangkap

- $\frac{1}{2}$ libra ng Black Beans; basang-basa
- 1 maliit na sibuyas; tinadtad
- 1 maliit na karot
- $\frac{1}{2}$ Tadyang ng kintsay
- 2 onsa Ham; tinadtad
- 2 Jalapeno Peppers; stemmed at diced
- 1 siwang Bawang
- 1 Bay Leaf; nakatali kasama ng
- 3 sanga ng Thyme
- 5 tasang Tubig
- 2 siwang Bawang; tinadtad
- $\frac{1}{2}$ kutsarita ng Hot Pepper Flakes
- $\frac{1}{2}$ limon; naka juice
- 1 limon; naka juice
- ⅓ tasa ng Olive Oil
- 2 kutsarang sariwang Basil; tinadtad
- 24 ounces Salmon Steak

Mga direksyon
a) Pagsamahin sa isang malaking kasirola ang beans, sibuyas, karot, kintsay, ham, jalapenos, buong clove na bawang, bay leaf na may thyme, at tubig. Pakuluan hanggang lumambot ang beans, mga 2 oras, magdagdag ng mas maraming tubig kung kinakailangan upang panatilihing natatakpan ang beans.
b) Alisin ang carrot, celery, herbs at bawang, at alisan ng tubig ang natitirang cooking liquid. Ihagis ang beans na may tinadtad na bawang, mainit na paminta na mga natuklap at katas ng $\frac{1}{2}$ lemon. Itabi.
c) Habang niluluto ang beans, pagsamahin ang katas ng isang buong lemon, langis ng oliba, at dahon ng basil. Ibuhos ang mga salmon steak, at palamigin ng 1 oras. I-ihaw ang salmon sa katamtamang apoy sa loob ng 4-5 minuto bawat gilid, basting ng ilan sa marinade bawat minuto. Ihain ang bawat steak na may bahagi ng beans.

38. Firecracker grilled Alaskan salmon

Yield: 4 na Servings

sangkap
- 4 6 oz. mga steak ng salmon
- $\frac{1}{4}$ tasang peanut oil
- 2 kutsarang toyo
- 2 kutsarang Balsamic vinegar
- 2 kutsarang tinadtad na scallion
- $1\frac{1}{2}$ kutsarita Brown sugar
- 1 sibuyas na bawang, tinadtad
- $\frac{3}{4}$ kutsarita Grad sariwang luya ugat
- $\frac{1}{2}$ kutsarita Red chile flakes, o higit pa
- lasa
- $\frac{1}{2}$ kutsarita Sesame oil
- $\frac{1}{8}$ kutsarita ng Asin

Mga direksyon

a) Ilagay ang mga salmon steak sa isang glass dish. Paghaluin ang natitirang mga sangkap at ibuhos sa salmon.

b) Takpan ng plastic wrap at i-marinate sa refrigerator sa loob ng 4 hanggang 6 na oras. Painitin ang grill. Alisin ang salmon mula sa pag-atsara, lagyan ng langis ang grill at ilagay ang salmon sa grill.

c) Mag-ihaw sa katamtamang init sa loob ng 10 minuto bawat pulgada ng kapal, sinusukat sa pinakamakapal na bahagi, lumiko sa kalagitnaan ng pagluluto, o hanggang sa matuklap na lang ang isda kapag sinubukan ng isang tinidor.

39. Flash grilled salmon

Yield: 1 servings

sangkap
- 3 onsa na Salmon
- 1 kutsarang Olive oil
- ½ limon; katas ng
- 1 kutsarita Chives
- 1 kutsarita ng perehil
- 1 kutsarita sariwang giniling na paminta
- 1 kutsarang toyo
- 1 kutsarang Maple syrup
- 4 Mga pula ng itlog
- ¼ pint na stock ng isda
- ¼ pint na puting alak
- 125 mililitro Double cream
- Chives
- Parsley

Mga direksyon

a) Hatiin ng manipis ang salmon at ilagay sa isang lalagyan ng olive oil, maple syrup, toyo, paminta at lemon juice sa loob ng 10-20 minuto.

b) Sabayon: Paikutin ang mga itlog sa ibabaw ng bain marie. Bawasan ang white wine at stock ng isda sa isang kawali. Idagdag ang timpla sa mga puti ng itlog at whisk. Magdagdag ng cream, kumukulo pa rin.

c) Ilagay ang manipis na hiwa ng salmon sa serving plate at ibuhos ang kaunti sa sabayon. Ilagay sa ilalim ng grill para sa 2-3 minuto lamang.

d) Alisin at ihain kaagad na may nakakalat na chives at perehil.

40. Inihaw na salmon at squid ink pasta

Yield: 1 servings

sangkap
- 4 200 g; (7-8oz) piraso ng salmon fillet
- Asin at paminta
- 20 mililitro Langis ng gulay; (3/4oz)
- Langis ng oliba para sa pagprito
- 3 Pinong tinadtad na mga sibuyas ng bawang
- 3 Pinong tinadtad na kamatis
- 1 Pinong tinadtad na spring onion
- pampalasa
- 1 Brokuli

Mga direksyon

a) Pasta: maaari kang bumili ng pusit na tinta sachet mula sa isang mahusay na tindera ng isda ... o gamitin ang iyong paboritong pasta

b) Painitin muna ang oven sa 240øC/475øF/gas mark 9.

c) Timplahan ng asin at paminta ang mga piraso ng salmon fillet. Mag-init ng non-stick frying pan, pagkatapos ay magdagdag ng mantika. Ilagay ang salmon sa kawali at igisa sa bawat panig sa loob ng 30 segundo.

d) Ilipat ang isda sa isang baking tray, pagkatapos ay i-ihaw ng 6-8 minuto hanggang sa pumutok ang isda, ngunit medyo pink pa rin sa gitna. Hayaang magpahinga ng 2 minuto.

e) Ilipat ang isda sa mainit-init na mga plato at kutsara ang sarsa.

f) Lutuin ang broccoli kasama ang pasta nang mga 5 minuto.

g) Ibuhos ang kaunting mantika sa kawali, idagdag ang bawang, kamatis at spring onions. Magprito sa mababang init sa loob ng 5 minuto, idagdag ang broccoli sa huling minuto.

41. Salmon na may inihaw na sibuyas

Gumagawa ng 8 hanggang 10 servings

Mga sangkap
- 2 tasang hardwood chips, ibinabad sa tubig
- 1 malaking side farmed Norwegian salmon (mga 3 pounds), inalis ang pin bones
- 3 tasang Smoking Brine, gawa sa vodka
- ¾ cup Smoking Rub
- 1 kutsarang pinatuyong dill weed
- 1 kutsarita ng sibuyas na pulbos
- 2 malalaking pulang sibuyas, gupitin sa mga bilog na makapal na pulgada
- ¾ cup extra-virgin olive oil 1 bungkos ng sariwang dill
- Pinong gadgad na sarap ng 1 lemon 1 sibuyas ng bawang, tinadtad
- Coarse salt at ground black pepper

Mga direksyon
a) Ilagay ang salmon sa isang jumbo (2-gallon) na zipper-lock na bag. Kung mayroon ka lamang 1-gallon na bag, hatiin ang isda sa kalahati at gumamit ng dalawang bag. Idagdag ang brine sa (mga) bag, pindutin ang hangin, at i-seal. Palamigin ng 3 hanggang 4 na oras.
b) Paghaluin ang lahat maliban sa 1 kutsara ng kuskusin na may pinatuyong dill at pulbos ng sibuyas at itabi. Ibabad ang mga hiwa ng sibuyas sa tubig ng yelo. Mag-init ng grill para sa hindi direktang mababang init, mga 225iF, na may usok. Alisan ng tubig ang mga wood chips at idagdag ang mga ito sa grill.
c) Alisin ang salmon mula sa brine at patuyuin ng mga tuwalya ng papel. Itapon ang brine. Pahiran ang isda ng 1 kutsarang mantika at iwiwisik ang matabang bahagi ng kuskusin na may tuyong dill.
d) Iangat ang mga sibuyas mula sa tubig ng yelo at patuyuin. Pahiran ng 1 kutsara ng mantika at iwiwisik ang natitirang 1

kutsarang kuskusin. Itabi ang isda at sibuyas para magpahinga ng 15 minuto.

e) I-brush ang grill grate at kuskusin ng langis. Ilagay ang salmon, flesh-side down, direkta sa apoy at ihaw sa loob ng 5 minuto hanggang sa maging golden brown ang ibabaw. Gamit ang isang malaking fish spatula o dalawang regular na spatula, paikutin ang balat ng isda pababa at ilagay sa grill grate palayo sa apoy. Ilagay ang mga hiwa ng sibuyas nang direkta sa apoy.

f) Isara ang grill at lutuin hanggang sa matigas ang salmon sa labas, ngunit hindi tuyo, at nababanat sa gitna, mga 25 minuto. Kapag tapos na, ang moisture ay lalabas sa ibabaw kapag ang isda ay dahan-dahang pinindot. Hindi ito dapat ganap na matuklap sa ilalim ng presyon.

g) I-on ang mga sibuyas nang isang beses sa oras ng pagluluto.

42. Cedar plank salmon

Naghahain: 6

Mga sangkap
- 1 untreated cedar plank (mga 14" x 17" x 1/2")
- 1/2 tasa Italian dressing
- 1/4 tasa tinadtad na mga kamatis na pinatuyong araw
- 1/4 tasa tinadtad na sariwang basil
- 1 (2-pound) salmon fillet (1-pulgada ang kapal), inalis ang balat

Mga direksyon
a) Ilubog nang buo ang cedar plank sa tubig, lagyan ng timbang sa itaas upang mapanatili itong ganap na sakop. Ibabad ng hindi bababa sa 1 oras.
b) Painitin muna ang grill sa katamtamang init.
c) Sa isang maliit na mangkok, pagsamahin ang dressing, sun-dried tomatoes, at basil; itabi.
d) Alisin ang tabla sa tubig. Ilagay ang salmon sa tabla; ilagay sa grill at isara ang takip. Mag-ihaw ng 10 minuto pagkatapos ay i-brush ang salmon na may dressing mixture. Isara ang takip at mag-ihaw ng 10 minuto pa, o hanggang madaling matuklap ang salmon gamit ang isang tinidor.

43. Pinausukang bawang na salmon

Nagsisilbi 4

Mga sangkap
- 1 1/2 lbs. fillet ng salmon
- asin at paminta sa panlasa 3 cloves ng bawang, tinadtad
- 1 sprig sariwang dill, tinadtad 5 hiwa ng lemon
- 5 sprigs sariwang dill weed
- 2 berdeng sibuyas, tinadtad

Mga direksyon
a) Ihanda ang naninigarilyo sa 250° F.
b) Pagwilig ng dalawang malalaking piraso ng aluminum foil na may cooking spray.
c) Ilagay ang salmon fillet sa ibabaw ng isang piraso ng foil. Budburan ang salmon na may asin, paminta, bawang at tinadtad na dill. Ayusin ang mga hiwa ng lemon sa ibabaw ng fillet at ilagay ang isang sprig ng dill sa ibabaw ng bawat hiwa ng lemon. Budburan ang fillet na may berdeng mga sibuyas.
d) Usok ng halos 45 minuto.

44. Inihaw na Salmon na may Mga Sariwang Milokoton

Servings: 6 servings

Mga sangkap
- 6 na fillet ng salmon, 1-pulgada ang kapal
- 1 malaking lata na hiniwang peach, light syrup variety
- 2 kutsarang puting asukal
- 2 kutsarang light soy sauce
- 2 kutsarang Dijon mustard
- 2 kutsarang unsalted butter
- 1 1-pulgadang sariwang ginger knob, gadgad
- 1 kutsarang olive oil, extra virgin variety
- Asin at paminta para lumasa
- Bagong tinadtad na cilantro

Direksyon:
a) Alisan ng tubig ang hiniwang mga milokoton at magreserba sa paligid ng 2 Kutsara ng light syrup. Gupitin ang mga peach sa mga piraso na kasing laki ng kagat.
b) Ilagay ang mga fillet ng salmon sa isang malaking baking dish.
c) Sa isang katamtamang kasirola, idagdag ang nakareserbang peach syrup, puting asukal, toyo, Dijon mustard, mantikilya, langis ng oliba at luya. Ipagpatuloy ang paghahalo sa mahinang apoy hanggang sa medyo lumapot ang timpla. Magdagdag ng asin at paminta ayon sa panlasa.
d) Patayin ang apoy at ikalat ang ilan sa pinaghalong sa mga fillet ng salmon sa pamamagitan ng paggamit ng isang basting brush.
e) Idagdag ang hiniwang mga milokoton sa kasirola at balutin nang lubusan ang glaze. Ibuhos ang glazed peach sa salmon at ikalat nang pantay-pantay.
f) Maghurno ng salmon sa loob ng 10-15 minuto sa 420F. Pagmasdan nang mabuti ang salmon upang hindi masunog ang ulam.
g) Budburan ang ilang sariwang tinadtad na cilantro bago ihain.

45. Gingery grilled salmon salad

Yield: 4 na Servings

Mga sangkap
- ¼ tasa na walang taba na plain yogurt
- 2 kutsara Pinong tinadtad na sariwang luya
- 2 cloves ng bawang, pinong tinadtad
- 2 kutsarang sariwang katas ng kalamansi
- 1 kutsarang sariwang gadgad na lime zest
- 1 kutsarang Honey
- 1 kutsarang langis ng Canola
- ½ kutsarita ng Asin
- ½ kutsarita sariwang giniling na itim na paminta
- 1¼ pounds Salmon fillet, 1-pulgada ang kapal, hiwa sa 4 na piraso, nakadikit sa balat, inalis ang pin bones
- Watercress at Adobo na Ginger Salad
- Lime wedges para sa dekorasyon

Direksyon:

a) Sa isang maliit na mangkok, haluin ang yogurt, luya, bawang, katas ng dayap, kalamansi, pulot, mantika, asin at paminta.

b) Ilagay ang salmon sa isang mababaw na ulam na salamin at ibuhos ang marinade sa ibabaw nito, i-coat ang salmon sa lahat ng panig. Takpan at i-marinate sa refrigerator sa loob ng 20 hanggang 30 minuto, paikutin nang isa o dalawang beses.

c) Samantala, maghanda ng uling na apoy o magpainit ng gas grill. (Huwag gumamit ng grill pan; dumikit ang salmon.) 3. Gamit ang mahabang hawakan na barbecue brush, balutin ng mantika ang grill rack.

d) Ilagay ang salmon, sa ibabaw ng balat, sa grill. Magluto ng 5 minuto. Gamit ang 2 metal spatula, maingat na iikot ang mga piraso ng salmon at lutuin hanggang sa malabo sa gitna, 4 hanggang 6 na minuto pa. Gamit ang 2 spatula, alisin ang salmon mula sa grill. Tanggalin ang balat.

e) Ihagis ang watercress salad na may dressing at hatiin sa 4 na plato. Itaas na may isang piraso ng inihaw na salmon. Palamutihan ng lime wedges. Ihain kaagad.

46. Inihaw na salmon na may salad ng haras

Magbubunga: 2 servings

sangkap
- 2 140 g salmon fillet
- 1 bombilya haras; hiniwa ng pino
- ½ peras; hiniwa ng pino
- Ilang piraso ng walnuts
- 1 kurot Dinurog na buto ng cardamom
- 1 Orange; naka-segment, juice
- 1 bungkos ng kulantro; tinadtad
- 50 gramo Light fromage frais
- 1 Pinches powdered cinnamon
- Flaked rock salt at ground black pepper

Direksyon:
a) Timplahan ng asin at paminta ang salmon at ihaw sa ilalim ng grill.
b) Paghaluin ang peras sa haras at timplahan ng maraming black pepper, cardamom at walnuts.
c) Haluin ang orange juice at zest sa fromage frais at magdagdag ng kaunting cinnamon. Maglagay ng isang tumpok ng haras sa gitna ng plato at itali ang salmon sa itaas. Palamutihan ang labas ng plato na may orange na mga segment at ambon ng orange fromage frais.
d) Binabawasan ng haras ang mga epekto ng lason ng alkohol sa katawan, at ito ay isang mahusay na digestive.

47. Inihaw na salmon na may patatas at watercress

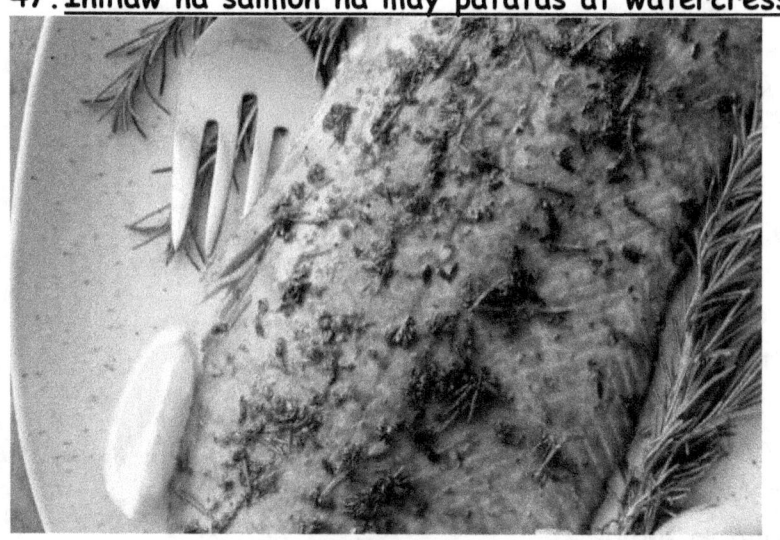

Yield: 6 Servings

sangkap
- 3 libra Maliit na pula na manipis ang balat
- Patatas
- 1 tasa Manipis na hiniwang pulang sibuyas
- 1 tasang tinimplahan na suka ng bigas
- Mga 1/2-pound watercress
- Binanlawan at pinirito
- 1 Salmon fillet, mga 2 lbs.
- 1 kutsarang toyo
- 1 kutsarang Matatag na nakaimpake na brown sugar
- 2 tasang Alder o mesquite wood chips
- Nakababad sa tubig
- asin

Direksyon:

a) Sa isang 5-to 6-quart na kawali, magdala ng humigit-kumulang 2 quarts ng tubig sa isang pigsa sa mataas na init; magdagdag ng patatas. Takpan at kumulo sa mahinang apoy hanggang malambot ang patatas kapag nabutas, 15 hanggang 20 minuto. Patuyuin at palamigin.

b) Ibabad ang mga sibuyas ng mga 15 minuto sa malamig na tubig upang masakop. Patuyuin at ihalo ang mga sibuyas sa suka ng bigas. Gupitin ang patatas sa quarters; idagdag sa sibuyas.

c) Gupitin ang malambot na mga sanga ng watercress mula sa mga tangkay, pagkatapos ay tadtarin ng pino ang mga tangkay ng kurso upang makagawa ng $\frac{1}{2}$ tasa (itapon ang mga extra o itabi para sa iba pang gamit). Paghaluin ang mga tinadtad na tangkay sa isang malaking oval na platter na may salad ng patatas sa tabi; takpan at panatilihing cool. Banlawan ang salmon at patuyuin. Ilagay, ibaba ang balat, sa isang piraso ng mabigat na foil. Gupitin ang foil upang sundin ang mga balangkas ng isda, na nag-iiwan ng 1-pulgadang hangganan.

d) I-crimp ang mga gilid ng foil upang magkasya sa gilid ng isda. Paghaluin ang toyo na may brown sugar at i-brush ang salmon fillet.

e) Ilagay ang isda sa gitna ng grill, hindi sa ibabaw ng uling o apoy. Takpan ang barbecue (buksan ang mga lagusan para sa uling) at lutuin hanggang sa ang isda ay bahagya nang malabo sa pinakamakapal na bahagi (gupitin upang subukan), 15 hanggang 20 minuto. Ilipat ang isda sa pinggan na may salad. Magdagdag ng asin ayon sa panlasa. Ihain mainit o malamig.

48. Salmon vina olki

Yield: 1 Serving

sangkap
- 2 tasang Suka
- 4 tasang Tubig
- 2 kutsarita ng kanela
- 4 na kutsarita Ground cumin seed
- 6 na malalaking cloves ng bawang, minasa
- Asin at paminta para lumasa
- Salmon

Direksyon:
a) Paghaluin ang lahat ng sangkap sa isang malaking takure at haluing mabuti.
b) Magdagdag ng mga hiwa ng salmon at haluing mabuti upang ang bawat hiwa ay sumipsip ng mga pampalasa at bawang.
c) Mag-iwan sa brine magdamag, ngunit hindi hihigit sa 24 na oras, dahil ang salmon ay may posibilidad na maging malambot.
d) Alisin mula sa brine, roll sa cracker crumbs o pagkain at iprito sa mainit na mantika.

49. Salmon at Boletus Kebab

Mga sangkap:
- ¼ tasa ng langis ng oliba
- ¼ tasa ng perehil, pinong tinadtad
- ¼ tasa sariwang thyme, tangkay, pinong tinadtad
- 2 kutsarang lemon juice
- 2 kutsarang coarsely ground black pepper
- 1 kutsarita ng asin
- 1½ pounds ng salmon fillet, gupitin sa 24 na cube
- 1 hanggang 1½ libra na mushroom
- 8 kahoy na skewer
- Lemon wedges

Direksyon:

m) Paghaluin ang langis, perehil, thyme, lemon juice, asin, at paminta sa isang malaking mangkok.

n) Magdagdag ng mga chunks ng salmon, ihalo nang lubusan, takpan, at palamigin ng 1 oras.

o) Painitin muna ang grill.

p) Alisin ang pinaghalong mula sa refrigerator, idagdag ang mga tipak ng kabute, at ihagis upang malagyan ng marinade ang mga kabute. Patuyuin sa isang colander.

q) Palitan ang salmon at mushroom sa mga skewer para makagawa ng walong kebab, bawat isa ay pinagpatong ng tatlong piraso ng isda at tatlong piraso ng mushroom.

r) Ilagay ang mga nababad na skewer sa isang oiled grill at magluto ng 4 na minuto. Lumiko at lutuin ng 4 na minuto, o hanggang ang mga fillet ay bahagyang malambot sa pagpindot.

50. Inihaw na Wild King Salmon

Mga sangkap:
- 1 ulang, 1¾ pounds
- ½ tasang tinunaw na mantikilya
- 2 pounds ng salmon fillet
- ¼ tasa ng pinong tinadtad na pulang sibuyas
- 3 kutsarang puting suka
- 2 kutsarang tubig
- ¼ tasa ng mabigat na cream
- 2 kutsarang pinong tinadtad na sariwang tarragon
- 4 na kutsara (½ stick) mantikilya
- Asin at sariwang giniling na itim na paminta
- Lemon wedges at juice
- Dugo Orange Salad

Direksyon:

a) Ibuhos ang mantikilya at lemon juice sa lobster cavity.

b) Ilagay ang lobster sa likod nito sa grill, sa ibabaw ng smoke pan. Isara ang takip at manigarilyo ng halos 25 minuto. Ilipat sa isang cutting board at alisin ang karne mula sa buntot at claws, inilalaan ang coral at lahat ng juice sa refrigerator.

c) Dalhin ang mga sibuyas, suka, at tubig sa isang pigsa sa isang katamtamang kasirola sa medium-high heat; bawasan ang apoy at kumulo ng 3 hanggang 4 na minuto, o hanggang sa mabawasan ng halos kalahati. Idagdag ang cream at tarragon; kumulo ng 1 hanggang 2 minuto, o hanggang sa mabawasan ng kalahati. Haluin ang mantikilya chunks.

d) Ihanda ang grill at ilagay ang salmon sa mainit na bahagi.

e) Idagdag ang mga piraso ng lobster at juice sa kasirola na may beurre blanc, pukawin, at itaas ang apoy sa katamtamang taas. Pakuluan, takpan, haluin nang maraming beses, sa loob ng 3 hanggang 4 na minuto, o hanggang sa lubusan na pinainit ang karne ng ulang.

51. Maple Syrup Salmon Steak

Mga sangkap:
- ¼ tasa purong maple syrup
- ¼ tasa ng mirin o puting alak
- ¼ tasang low-sodium soy sauce
- 2 kutsarang langis ng oliba
- Juice ng ½ lemon
- zest ng 1 lemon (mga 1 kutsara)
- 2 kutsarang basag na black peppercorns
- 2 libra ng salmon, gupitin sa ¾-pulgada na kapal ng mga steak

Direksyon:

a) Paghaluin ang maple syrup, mirin, toyo, mantika, lemon juice, at peppercorn sa isang lalagyan na hindi nakakasira. Ilagay ang mga steak sa marinade at palamigin ng 30 minuto.

b) Painitin muna ang grill.

c) Alisin ang mga steak ng salmon mula sa marinade, alisan ng tubig, patuyuin, at ireserba ang marinade. Ilagay ang mga steak nang direkta sa apoy at magluto ng 4 na minuto; paikutin at lutuin ng 4 pang minuto, o hanggang ang mga steak ay bahagyang malambot sa pagpindot. Mag-ihaw ng mas maikling oras para sa bihira, mas matagal para sa mahusay na tapos.

d) Samantala, pagkatapos buksan ang mga steak, init ang marinade sa isang maliit na kasirola sa katamtamang init hanggang sa kumulo, at pagkatapos ay kumulo ng 5 minuto. Patayin kaagad ang apoy.

e) Sandok ng sauce sa ibabaw ng salmon steak.

52. Salmon at Corn Chowder

Mga sangkap:

- 1-pound salmon fillet
- 2 tainga sariwang mais
- 2 kutsarang langis ng oliba
- 1 medium pinong tinadtad na sibuyas
- 1 medium Yukon gintong patatas, diced
- 2 tasang buong gatas
- 1 tasang light cream
- 4 na kutsarang unsalted butter
- $\frac{1}{2}$ kutsarita ng Worcestershire sauce
- $\frac{1}{4}$ tasa ng pinong tinadtad na tarragon
- 1 kutsarita ng paprika
- Asin at sariwang giniling na itim na paminta
- Oyster crackers

Direksyon:

a) Painitin muna ang grill.

b) Ilagay ang salmon at ang corncobs sa may langis na grill. Magluto ng 6 na minuto; pagkatapos ay liko at lutuin ng 4 hanggang 5 minuto pa. Itabi.

c) Gamit ang isang matalim na kutsilyo, alisin ang mais mula sa mga cobs at gupitin ang salmon sa mga piraso na kasing laki ng kagat. Itabi.

d) Init ang 1 kutsara ng mantika sa isang 4-quart saucepan sa medium-high heat. Idagdag ang sibuyas at patatas. Magluto, takpan, ng mga 10 minuto, o hanggang malambot ang mga sibuyas. Idagdag ang gatas, cream, butter, at Worcestershire sauce. Kumulo ng mga 10 minuto, o hanggang malambot ang patatas

e) Haluin ang mais, salmon, tarragon, paprika, asin, at paminta at kumulo ng 5 minuto.

f) Ilipat sa mga mangkok at ihain kaagad kasama ng oyster crackers.

53. Salmon na pinagaling ng dill

Nagsisilbi 6

Mga sangkap:
- 2 x 750g (1lb 10oz) fillet ng salmon
- 1 malaking bungkos ng dill, halos tinadtad
- 100g (4oz) magaspang na asin sa dagat
- 75g (3oz) na asukal sa caster
- 2 kutsarang dinurog na puting paminta

Malunggay at mustasa sauce
- 2 kutsarita ng pinong gadgad na malunggay (sariwa o mula sa isang garapon)
- 2 kutsarita ng makinis na gadgad na sibuyas
- 1 kutsarita ng Dijon mustard
- 1 kutsarita ng caster sugar
- 2 kutsarang puting alak na suka
- magandang pakurot ng asin
- 175ml (6fl oz.) double cream

Direksyon:

a) Ilagay ang isa sa mga fillet ng salmon, balat pababa, sa isang malaking sheet ng cling film. Paghaluin ang dill na may asin, asukal at durog na peppercorn at ikalat ito sa hiwa na mukha ng salmon. Ilagay ang isa pang fillet sa itaas, gilid ang balat.

b) Mahigpit na balutin ang isda sa dalawa o tatlong layer ng Clingfilm at iangat ito sa isang malaki, mababaw na tray. Ilagay ang isang bahagyang mas maliit na tray o chopping board sa ibabaw ng isda at timbangin ito. Palamigin sa loob ng 2 araw, paikutin ang isda tuwing 12 oras upang ang maasim na timpla na bubuo sa loob ng parsela ay mabasted ang isda.

c) Upang gawin ang sarsa ng malunggay at mustasa, haluin ang lahat ng sangkap maliban sa cream. Talunin ang cream sa malambot na mga taluktok, pukawin ang pinaghalong malunggay, takpan at palamigin.

d) Upang ihain, alisin ang isda mula sa briny mixture at hiwain ito nang napakanipis, tulad ng pag-uusok mo ng salmon. Ayusin ang ilang hiwa ng gravlax sa bawat plato at ihain kasama ng ilang sarsa.

54. Igisa ang sariwang Atlantic salmon

Yield: 1 Serving

sangkap
- 3 Salmon filets
- 1 kutsarang Mantikilya
- ¼ kutsarita ng Chef salt
- ½ tasang tinimplahan na harina
- 1 kutsarang Diced tomato
- 1 kutsarang tinadtad na berdeng sibuyas
- 1 kutsarang hiniwang kabute
- 2 kutsarang White cooking wine
- ½ katas ng maliit na lemon
- 2 kutsara Malambot na mantikilya

Direksyon:
a) Gupitin ang salmon sa manipis na hiwa. Timplahan ng Chef Salt ang salmon at i-dredge sa harina.

b) Mabilis na igisa ang mantikilya sa bawat panig at alisin. Magdagdag ng hiniwang mushroom, kamatis, berdeng sibuyas, lemon juice at white wine.

c) Bawasan ang sobrang init ng halos 30 segundo. Haluin ang mantikilya at ihain ang sarsa sa ibabaw ng salmon.

55. Inihaw na salmon na may pancetta

Magbubunga: 4 Paghahain

sangkap
- 1 libra na sariwang Morel Mushroom
- 2 Shallots; Tinadtad
- 1 sibuyas na Bawang; Tinadtad
- 10 kutsarang Mantikilya; Gupitin sa mga Piraso
- 1 tasang Dry Sherry o Madeira
- 4 na piraso ng Salmon Fillet
- Langis ng oliba
- Salt at Freshly Ground Pepper
- 16 berdeng sibuyas
- 4 na kutsarang Pancetta; Cubed at Trimed

Direksyon:

a) Igisa ang shallots at bawang sa 2 kutsarang mantikilya sa mahinang apoy hanggang lumambot. Magdagdag ng morels, painitin at magluto ng 1 minuto. Magdagdag ng sherry at bawasan ng kalahati.

b) Paghaluin ang natitirang mantikilya, paandarin at patayin ang init, hanggang sa ito ay emulsified.

c) Magpainit ng grill o ridged grill pan. I-brush ang salmon fillet na may mantika at timplahan ng asin at paminta. Ilipat ang salmon sa isang malaking kawali at lutuin sa oven sa loob ng 5 hanggang 10 minuto.

d) Magpainit ng katamtamang laki, mabigat na kawali sa sobrang init. Magdagdag ng ilang kutsarang langis ng oliba. Magdagdag ng berdeng sibuyas at pancetta. Magluto sandali, nanginginig ang kawali upang maiwasan ang pagprito. Magdagdag ng morel mixture at ihalo. Timplahan nang bahagya.

e) Maglagay ng salmon fillet sa gitna ng mainit na plato ng hapunan. Kutsara ang pinaghalong morel sa itaas at sa paligid ng mga gilid.

56. Maanghang na sabaw ng niyog na may salmon

sangkap
- 1 150 g. piraso ng salmon bawat tao; (150 hanggang 180)
- 1 tasang Jasmine rice
- ¼ tasa ng berdeng cardamom pod
- 1 kutsarita cloves
- 1 kutsarita puting paminta
- 2 cinnamon sticks
- 4 Star anise
- 2 kutsarang Langis
- 3 mga sibuyas; pinong tinadtad
- ½ kutsarita ng turmerik
- 1 litro ng gata ng niyog
- 500 milliliters Coconut cream
- 6 malalaking hinog na kamatis
- 1 kutsarang Brown sugar
- 20 mililitro patis ng isda
- Asin sa panlasa
- 2 kutsarang Garam masala

Direksyon:

a) Garam Masala: Tuyong inihaw ang mga pampalasa nang hiwalay sa isang kawali. Pagsamahin ang lahat ng pampalasa sa isang gilingan ng kape o mortar at halo at giling.

b) Spicy Coconut Broth: Mag-init ng mantika sa isang malaking kawali at magluto ng mga sibuyas hanggang transparent. Magdagdag ng turmerik at luya at lutuin sa mahinang apoy ng mga 20 minuto, pagkatapos ay idagdag ang natitirang mga sangkap. Pakuluan.

c) Habang nagluluto ang sabaw, lutuin ang salmon at jasmine rice. Ang salmon ay maaaring i-poach sa stock ng isda, char grilled o pan fried.

57. Columbia River Chinook

Mga sangkap:
- 1 tasa sariwang seresa, hugasan at pitted
- ½ tasang stock ng isda o manok
- ¼ tasa sariwang thyme, may tangkay
- 2 kutsarang brandy
- 1 kutsarita sariwang lemon juice
- 2 kutsarang brown sugar
- 1½ kutsarita ng balsamic vinegar
- 1½-2 pounds ng salmon fillet
- Lemon wedges

Direksyon:
a) Painitin muna ang grill.
b) Pulse ang mga cherry tatlo o apat na beses sa mangkok ng food processor, hanggang sa sila ay magaspang na tinadtad.
c) Pakuluan ang stock, thyme, brandy, at lemon juice sa isang kasirola sa katamtamang init sa loob ng 10 hanggang 12 minuto, o hanggang mabawasan ng kalahati.
d) Idagdag ang brown sugar at suka, haluin, at kumulo sa loob ng 2 hanggang 3 minuto, hanggang sa lubusang uminit. Alisin mula sa init ngunit panatilihing mainit-init.
e) Ilagay ang salmon fillet sa may langis na grill at magluto ng 4 hanggang 5 minuto; paikutin at lutuin ng 4 hanggang 5 minuto, hanggang ang mga fillet ay bahagyang malambot sa pagpindot.
f) Hatiin sa apat na Paghahain. Maglagay ng mainit na sarsa sa gitna ng apat na plato, na lumilikha ng mga pool. Ilagay ang salmon nang direkta sa ibabaw ng sarsa.

58. Oven-Roasted Salmon at Gulay

Servings: 4 servings

Mga sangkap:
- 4 na fillet ng salmon
- 2 malalaking kamatis, tinadtad sa quarters
- 2 malalaking sibuyas, mas mainam na pulang iba't at tinadtad sa quarters
- 1 malaking bombilya ng bawang, gupitin sa kalahati
- 2 malalaking kampanilya, pula at berdeng uri at hiniwa sa mga piraso
- 1 tasa ng zucchini, hiniwa sa kalahating pulgada ang kapal
- 1 tasa ng broccoli florets
- 3 kutsarang extra virgin olive oil
- 1 kutsarang unsalted butter
- 1 kutsarita pinatuyong dill
- Asin at paminta para lumasa
- Mga sariwang dahon ng basil, pinong tinadtad

Direksyon:
a) Painitin ang hurno sa 375F habang inihahanda ang mga tinadtad na gulay.
b) Ilagay ang lahat ng mga gulay sa isang malaking baking dish at ibuhos ang ilang langis ng oliba. Timplahan ng asin at paminta at siguraduhin na ang mga tinadtad na gulay ay pantay na nababalutan ng langis ng oliba. Ikalat ang mga gulay sa mga gilid ng baking dish.
c) Ilagay ang tinimplahan na salmon fillet sa gitna. Itapon ang pinalambot na mantikilya sa itaas.
d) Magluto ng 18-20 minuto o hanggang sa madaling matuklap ang salmon at malambot na ang mga gulay.
e) Itapon ang sariwang tinadtad na basil bago ihain.

59. Soy at Honey Glazed Salmon

Servings: 6 servings

Mga sangkap:
- 6 sariwang salmon fillet, 1-pulgada ang kapal
- 4 na kutsarang inihaw na sesame oil
- 3 malalaking bell peppers, tinanggal ang binhi at hiniwa sa manipis na piraso
- 2 medium-sized na pulang sibuyas, hiniwa sa apat na bahagi
- 4 na kutsarang light soy sauce
- 1 kutsarang luya, binalatan at gadgad
- 3 kutsarang purong pulot
- Asin at paminta para lumasa
- Spring onions para sa dekorasyon

Direksyon:
a) Ilagay ang salmon sa isang malaking baking pan, maingat na mag-iwan ng 1-pulgadang espasyo sa pagitan ng mga fillet. Idagdag ang hiniwang bell peppers - berde, pula at dilaw para sa mas masarap na epekto -at mga sibuyas sa kawali. Ibuhos ang kalahati ng sesame oil sa ibabaw ng isda. Budburan ng asin at paminta ayon sa panlasa.
b) Sa isang daluyan ng mangkok, idagdag ang toyo, pulot, gadgad na luya, bagong lamat na paminta at ang natitirang langis ng linga.
c) Haluing mabuti ang sarsa.
d) Ibuhos ang sarsa sa ibabaw ng isda. Maghurno ng salmon sa 420F sa loob ng 25 minuto.
e) Ihain kaagad at palamutihan ng mga spring onion.
Pinakamainam itong kainin kasama ng bagong steamed white rice.

60. Maanghang na Salmon at Noodle Soup

Servings: 4 servings

Mga sangkap:
- 4 na fillet ng salmon, 1-pulgada ang kapal
- 2 tasang gata ng niyog
- 3 tasang stock ng gulay, gawang bahay o instant variety
- 200 gramo ng Asian style noodles o rice noodles
- 5 kutsarang bawang, tinadtad
- 2 malalaking puting sibuyas, hiniwa nang pino
- 2 malalaking pulang sili, pinong tinadtad at tinanggalan ng binhi
- 1 1-pulgadang sariwang ginger knob, hiniwa nang manipis
- 3 kutsarang pulang curry paste
- 1 kutsarang langis ng gulay
- $\frac{1}{2}$ tasa spring onion, pinong tinadtad
- Isang dakot ng cilantro, pinong tinadtad
- Asin at paminta para lumasa

Direksyon:
a) Sa isang malaking palayok, painitin ang langis ng gulay sa mababa hanggang katamtamang init. Idagdag ang tinadtad na bawang, puting sibuyas, sili, luya at pulang curry paste sa loob ng ilang minuto hanggang sa maging mabango ang buong timpla.
b) Ibuhos ang gata ng niyog at stock ng gulay sa ginisang timpla. Dalhin ang sabaw sa isang mabagal na kumulo para sa 5-8 minuto.
c) Idagdag ang salmon at noodles sa kaldero at magluto ng 5-8 minuto. Suriin ang oras ng pagluluto ng noodles batay sa mga direksyon sa pakete at ayusin nang naaayon. Siguraduhing hindi ma-overcooked ang salmon.
d) Idagdag ang spring onion at dahon ng kulantro sa kawali at patayin ang apoy. Timplahan ng asin at paminta.
e) Ilipat kaagad sa mga indibidwal na mangkok at palamutihan ng mas maraming kulantro at/o spring onion.

61. Poached Salmon na may Green Herb Salsa

Servings: 4 servings

Mga sangkap:
- 3 tasang tubig
- 4 na bag ng berdeng tsaa
- 2 malalaking salmon fillet (mga 350 gramo bawat isa)
- 4 na kutsarang extra virgin olive oil
- 3 tablespoons lemon juice, sariwang kinatas
- 2 kutsarang parsley, sariwang tinadtad
- 2 kutsarang basil, sariwang tinadtad
- 2 kutsarang oregano, sariwang tinadtad
- 2 kutsarang Asian chives, sariwang tinadtad
- 2 kutsarita dahon ng thyme
- 2 kutsarita ng bawang, tinadtad

Direksyon:
a) Pakuluan ang tubig sa isang malaking palayok. Idagdag ang green tea bags, pagkatapos ay alisin sa init.
b) Hayaang matarik ang mga bag ng tsaa sa loob ng 3 minuto. Ilabas ang mga supot ng tsaa mula sa palayok at pakuluan ang tubig na binuhusan ng tsaa. Idagdag ang salmon at bawasan ang apoy.
c) I-poach ang salmon fillet hanggang sa maging malabo sa gitnang bahagi. Lutuin ang salmon sa loob ng 5-8 minuto o hanggang sa ganap na maluto.
d) Alisin ang salmon mula sa kawali at itabi.
e) Sa isang blender o food processor, itapon ang lahat ng sariwang tinadtad na damo, langis ng oliba at lemon juice. Haluing mabuti hanggang sa mabuo ang timpla sa isang makinis na i-paste. Timplahan ng asin at paminta ang paste. Maaari mong ayusin ang mga pampalasa kung kinakailangan.
f) Ihain ang inihaw na salmon sa isang malaking pinggan at itaas ang sariwang herb paste.

62. Honey Mustard Glazed Salmon

Servings: 4 servings

Mga sangkap:
- 4 na fillet ng salmon, 1-pulgada ang kapal
- 5 Kutsara ng Dijon mustard
- 5 kutsarang purong pulot
- 2 kutsarang light soy sauce
- 2 tablespoons mantikilya, unsalted variety
- 2 kutsarang bawang, tinadtad
- Asin at paminta para lumasa
- Langis ng Canola
- Mga sariwang tinadtad na dahon ng thyme

Direksyon:
a) Timplahan ng asin at paminta ang mga fillet ng salmon. Brush o spray ang baking pan na may canola oil, pagkatapos ay ilagay ang salmon, balat sa gilid pababa.
b) Sa isang medium na mangkok, haluin ang Dijon mustard, purong pulot at toyo nang magkasama. Haluin ang tinadtad na bawang at haluing mabuti.
c) Ikalat ang pinaghalong masa sa magkabilang panig ng mga fillet ng salmon sa pamamagitan ng paggamit ng pastry brush.
d) Budburan ang salmon ng mga dahon ng thyme.
e) Magluto ng salmon sa 450F sa loob ng 20 minuto. Ibuhos ang natitirang honey mustard mixture kung kinakailangan. Ihurno ang salmon hanggang sa iyong nais na pagkaluto.
f) Ilipat kaagad sa isang serving plate at magdagdag ng ilang dahon ng thyme sa ibabaw.

63. Malunggay na Salmon

Servings: 4 servings

Mga sangkap:

Fillet ng Salmon
- 8 salmon fillet, 1-pulgada ang kapal
- 3 kutsarang sarsa ng malunggay
- 3 kutsarang light soy sauce
- 3 kutsarang olive oil, extra virgin variety
- 2 kutsarang bawang, tinadtad
- Asin at paminta para lumasa

Malunggay Sauce
- 1 kutsarang light soy sauce
- 2 tablespoons lemon juice, sariwang kinatas
- 3 kutsarang sarsa ng malunggay
- 1 tasa ng kulay-gatas
- 2 tablespoons mayonesa, pinababang uri ng taba

Direksyon:

a) Sa isang medium na mangkok, itapon ang lahat ng mga sangkap at ihalo nang mabuti. Takpan ng plastic wrap at hayaang palamigin sa refrigerator ng hindi bababa sa isang oras.

b) Sa isang hiwalay na mangkok, haluin ang malunggay na sarsa, langis ng oliba, toyo at bawang. Timplahan ng asin at paminta at ayusin ang mga pampalasa, kung kinakailangan.

c) Ilagay ang mga fillet ng salmon sa isang malaking baking pan o isang grill rack. Grasa ang pan o grill rack. I-brush ang inihandang timpla sa magkabilang panig ng salmon fillet.

d) Maghurno ng salmon nang hindi bababa sa 20 minuto. Kung gumagamit ka ng grill rack, hayaang magluto ang salmon ng 5 minuto bawat gilid.

e) Ihain kaagad ang mga fillet ng isda kasama ng puting bigas. Para sa mas malusog na opsyon, maaari kang maghain ng brown rice sa tabi ng salmon. Ihain kasama ng pinalamig na sarsa ng malunggay sa gilid.

64. Warm Salmon at Potato Salad

Servings: 3-4 servings

Kabuuang Oras ng Paghahanda: 30 minuto

Mga sangkap:
- 3 salmon fillet, 1-pulgada ang kapal at walang balat
- 4 malalaking patatas, gupitin sa kagat-laki ng mga piraso
- Isang dakot ng arugula at dahon ng spinach
- $\frac{3}{4}$ tasa ng kulay-gatas
- 2 kutsarang lemon juice
- 2 kutsarang purong pulot
- 2 kutsarita ng Dijon mustasa
- 1 kutsarita ng bawang, tinadtad
- Asin at paminta para lumasa
- Mga dahon ng cilantro para sa dekorasyon

Direksyon:
a) Banayad na timplahan ng asin at paminta ang salmon. I-wrap sa foil at ilagay sa isang baking dish. Magluto ng 15-20 minuto sa 420F o hanggang sa ganap itong maluto.
b) Sa isang medium sized na kaldero, pakuluan ang tinadtad na patatas hanggang malambot. Patuyuin kaagad at itabi.
c) Sa isang malaking salad bowl, pagsamahin ang sour cream, lemon juice, honey, mustard at bawang. Paghaluin ang lahat ng mga sangkap nang lubusan. Magdagdag ng asin at paminta sa panlasa.
d) Pilitin ang mga dahon ng salad sa pamamagitan ng kamay at ihagis ang mga ito sa mangkok. Idagdag ang nilutong patatas.
e) I-flake ang nilutong salmon sa kagat-laki ng mga piraso at ihagis ang mga ito sa mangkok ng salad. Haluing mabuti ang mga sangkap.
f) Budburan ang ilang sariwang tinadtad na cilantro bago ihain.

65. One-Pot Salmon na may Rice at Snap Peas

Servings: 4 servings

Mga sangkap:
- 1 tasang puting bigas, mahahabang uri ng butil
- 2 tasang tubig
- 1-pound salmon, inalis ang balat at hiniwa sa 4 na piraso
- ½ tasa ng sugar snap peas
- 6 na kutsarang light soy sauce
- 2 kutsarang suka ng bigas
- 1 1-pulgadang sariwang ginger knob, gadgad
- 1 kutsarang brown sugar
- Asin at paminta para lumasa
- ½ tasang sariwang tinadtad na spring onion

Direksyon:
a) Hugasan ang bigas ayon sa mga tagubilin sa pakete. Sa isang medium sized na kawali, pagsamahin ang kanin at tubig at ilagay sa takip. Pakuluan ang timpla sa mababa hanggang katamtamang init sa loob ng 10 minuto.
b) Timplahan ng asin at paminta ang salmon. Pagkatapos ay ilagay agad sa ibabaw ng kanin.
c) Lutuin ang salmon hanggang masipsip ng bigas ang lahat ng tubig.
d) Idagdag ang snap peas at takpan ang kawali ng 5 minuto pa. Suriin kung malambot na ang mga gisantes at naabot na ng salmon ang iyong ninanais na pagkaluto.
e) Sa isang maliit na mangkok, paghaluin ang toyo, suka, spring onions, luya at asukal. Ayusin ang mga pampalasa kung kinakailangan.
f) Ilipat ang salmon, kanin at snap peas sa isang serving plate at ihain nang buo kasama ng sauce. Magwiwisik ng ilang sariwang tinadtad na spring onion sa ibabaw ng salmon at kanin.

66. Garlicky Broiled Salmon with Tomatoes and Onions

Servings: 6 servings

Mga sangkap:
- 6 na fillet ng salmon, walang balat
- 4 malalaking kamatis, gupitin sa kalahati
- 3 katamtamang laki ng pulang sibuyas, gupitin sa apat na bahagi
- 2 kutsarang extra virgin olive oil
- 1 kutsarita ng paprika powder
- 1 malaking bombilya ng bawang, tinadtad
- 10 sariwang thyme spring
- 1 kutsarang unsalted butter
- Asin at paminta para lumasa

Direksyon:
a) Kuskusin ang unsalted butter sa isang malaking baking dish at siguraduhin na ang ulam ay pantay na pinahiran.
b) Ilagay ang salmon fillet, kamatis at sibuyas sa baking pan.
c) Magpahid ng extra virgin olive oil at magdagdag ng kaunting asin at paminta. Magwiwisik ng ilang paprika powder sa magkabilang panig ng salmon.
d) Magdagdag ng tinadtad na bawang at sariwang thyme sa salmon.
e) Lutuin ang salmon sa loob ng 10-12 minuto sa 420F. Para tingnan kung luto na ang salmon, sundutin ito ng tinidor at tingnan kung madaling masira ang mga natuklap.
f) Ilipat kaagad ang salmon at ang mga gulay sa isang serving platter. Ihagis ang ilang dahon ng thyme para sa dagdag na pagiging bago.

67. Inihurnong Salmon na may Black Bean Sauce

Servings: 4 servings

Mga sangkap:
- Inalis ang 4 na fillet ng salmon, balat at pin bone
- 3 kutsarang black bean sauce o black bean garlic sauce
- ½ tasang stock ng manok (o stock ng gulay bilang mas malusog na kapalit)
- 3 kutsarang bawang, tinadtad
- 1 1-pulgadang sariwang ginger knob, gadgad
- 2 kutsarang sherry o sake (o anumang alak sa pagluluto)
- 1 tablespoons lemon juice, sariwang kinatas
- 1 kutsarang patis ng isda
- 2 kutsarang brown sugar
- ½ kutsarita ng pulang chili flakes
- Mga sariwang dahon ng kulantro, pinong tinadtad
- Spring onion bilang palamuti

Direksyon:
a) Grasa ang isang malaking baking pan o lagyan ng parchment paper. Painitin muna ang oven sa 350F.
b) Pagsamahin ang stock ng manok at black bean sauce sa isang medium bowl. Idagdag ang tinadtad na bawang, gadgad na luya, sherry, lemon juice, patis, brown sugar at chili flakes. Haluing mabuti hanggang sa ganap na matunaw ang brown sugar.
c) Ibuhos ang black bean sauce sa salmon fillet at payagan ang salmon na ganap na masipsip ang black bean mixture nang hindi bababa sa 15 minuto.
d) Ilipat ang salmon sa baking dish. Magluto ng 15-20 minuto. Siguraduhing hindi masyadong tuyo ang salmon sa oven.
e) Ihain kasama ng tinadtad na kulantro at spring onion.

68. Salmon Fish Cake na may Gulay na Bigas

Servings: 4 servings

Kabuuang Oras ng Paghahanda: 30 minuto

Mga sangkap:

Mga Cake ng Salmon
- 2 lata pink salmon, pinatuyo
- 1 malaking itlog
- ½ tasang panko bread crumbs
- ½ kutsarang gawgaw
- 2 tablespoons capers, pinatuyo
- 3 tablespoons spring onions o perehil, tinadtad
- Asin at paminta para lumasa
- Langis ng gulay para sa pagprito

Kanin ng Gulay
- 1 tasang brown rice, hindi luto
- ½ tasa ng berdeng mga gisantes
- ¼ tasa ng ginutay-gutay na karot
- ¼ tasa ng matamis na mais
- 3 kutsarang spring onion
- 2 tablespoons lemon juice, sariwang kinatas

Direksyon:
a) Pagsamahin ang lahat ng sangkap para sa mga salmon cake sa isang blender o food processor. Haluing mabuti hanggang sa ito ay mabuo sa isang chunky paste.
b) Hayaang lumamig ang timpla sa loob ng refrigerator sa loob ng 20 minuto.
c) Kapag medyo matatag na ang timpla, maglagay ng 1 Kutsara sa iyong mga kamay at hubugin ito ng patty. Ulitin ang prosesong ito hanggang sa mahubog at mabuo ang lahat ng salmon patties.

d) Sa isang malaking kawali, magpainit ng kaunting langis ng gulay at iprito ang salmon patties hanggang sa malutong na ginintuang kayumanggi.

e) Habang ang timpla ng patty ay nasa loob ng refrigerator, lutuin ang brown rice ayon sa mga direksyon ng pakete. Idagdag ang green peas, carrots at corn sa rice cooker kapag nasipsip na ang lahat ng tubig. Paghaluin ang kanin nang buo sa mga gulay at hayaang maluto ang natitirang singaw ng mga gulay. Idagdag ang sariwang kinatas na lemon juice.

f) Magwiwisik ng ilang sariwang tinadtad na berdeng sibuyas sa kanin ng gulay bago ihain. Ihain kasama ng crispy salmon cake sa gilid.

69. Soy Ginger Salmon

Servings: 4 servings

Mga sangkap:
- 4 na fillet ng salmon, tinanggal ang balat at buto
- 4 na kutsarang sariwang luya, gadgad
- 2 kutsarang bawang, tinadtad
- 1 kutsarang brown sugar
- 2 kutsarang purong pulot
- 1 kutsarita ng Dijon mustard
- ½ tasa sariwang orange juice
- 3 kutsarang light soy sauce
- Pinong gadgad na orange zest
- Asin at paminta para lumasa
- 1 kutsarang extra virgin olive oil

Direksyon:
a) Sa isang daluyan hanggang sa malaking sukat na mangkok, haluin ang orange juice, honey, toyo, orange zest, mustasa, asukal, bawang at luya hanggang sa mahusay na pinagsama. Haluin ang bagong gadgad na orange zest. Ibuhos ang kalahati ng halo na ito sa salmon.

b) Painitin muna ang oven sa 350F. Timplahan ang salmon na may bagong lamat na paminta at asin, pagkatapos ay pantay-pantay na lagyan ng olive oil.

c) Ilagay ang salmon sa baking dish at maghurno ng 15-20 minuto.

d) Sa isang maliit hanggang katamtamang laki ng kasirola, ibuhos ang isa pang kalahati ng pinaghalong at pakuluan. Pagkatapos ay patuloy na haluin ang pinaghalong para sa 5 minuto o hanggang sa lumapot ang sauce.

e) Ibuhos ang sarsa sa ibabaw ng salmon. Palamutihan ng sariwang tinadtad na cilantro o spring onion.

70. Salmon na may Chili Coconut Sauce

Servings: 6 servings

Mga sangkap:
- 6 na fillet ng salmon
- 2 kutsarang unsalted butter
- 1 kutsarang extra virgin olive oil
- 4 na sibuyas ng bawang, tinadtad
- 4 na kutsarang puting sibuyas, tinadtad
- 1 1-inch ginger knob, gadgad
- 2 tasang purong gata ng niyog
- 2 kutsarang pulang sili, tinadtad nang magaspang
- 3 kutsarang cilantro, tinadtad
- Asin at paminta para lumasa

Direksyon:
a) Timplahan ang mga fillet ng salmon na may bagong lamat na paminta at asin.
b) Sa mababa hanggang katamtamang init, init ang mantikilya at langis ng oliba, pagkatapos ay agad na ihagis ang bawang, sibuyas at luya sa isang malaking kawali. Haluin nang tuluy-tuloy at lutuin ng 2 minuto o hanggang mabango ang mga panimpla na ito. Idagdag ang sili para sa ilang maapoy na sipa.
c) Dahan-dahang ibuhos ang gata ng niyog at pakuluan. Hayaang kumulo ito ng 10 minuto o hanggang lumapot ang sauce.
d) Sa isang hiwalay na kawali, ibuhos ang ilang langis ng oliba at ilagay ang mga fillet ng salmon. Lutuin ang bawat panig ng 5 minuto sa mababang init. Mag-ingat na huwag masunog ang mga fillet, pagkatapos ay ilipat agad ang mga ito sa isang serving plate.
e) Ibuhos ang maanghang na sarsa ng niyog sa mga fillet ng salmon. Itaas na may sariwang tinadtad na cilantro para sa isang drool-worthy na hitsura.

71. Paprika Grilled Salmon na may Spinach

Servings: 6 servings

Mga sangkap:
- 6 pink na salmon fillet, 1-pulgada ang kapal
- $\frac{1}{4}$ tasa ng orange juice, bagong lamutak
- 3 kutsarita ng pinatuyong thyme
- 3 kutsarang extra virgin olive oil
- 3 kutsarita ng matamis na paprika powder
- 1 kutsarita ng cinnamon powder
- 1 kutsarang brown sugar
- 3 tasang dahon ng spinach
- Asin at paminta para lumasa

Direksyon:
a) Banayad na magsipilyo ng olive sa bawat gilid ng salmon fillet, pagkatapos ay timplahan ng paprika powder, asin at paminta. Itabi sa loob ng 30 minuto sa temperatura ng kuwarto. Hinahayaan ang salmon na sumipsip ng paprika rub.
b) Sa isang maliit na mangkok, paghaluin ang orange juice, pinatuyong thyme, cinnamon powder at brown sugar.
c) Painitin muna ang oven sa 400F. Ilipat ang salmon sa isang foil-lined baking pan. Ibuhos ang marinade sa salmon. Magluto ng salmon sa loob ng 15-20 minuto.
d) Sa isang malaking kawali, magdagdag ng isang kutsarita ng extra virgin olive oil at lutuin ang spinach nang mga ilang minuto o hanggang malanta.
e) Ihain ang baked salmon na may spinach sa gilid.

72. Salmon Teriyaki na may Gulay

Servings: 4 servings

Mga sangkap:
- Inalis ang 4 na fillet ng salmon, balat at pin bone
- 1 malaking kamote (o simpleng patatas), gupitin sa laki ng kagat
- 1 malaking karot, gupitin sa laki ng kagat
- 1 malaking puting sibuyas, gupitin sa mga wedges
- 3 malalaking bell peppers (berde, pula at dilaw), tinadtad
- 2 tasang broccoli florets (maaaring palitan ng asparagus)
- 2 kutsarang extra virgin olive oil
- Asin at paminta para lumasa
- Mga sibuyas sa tagsibol, makinis na tinadtad

Teriyaki sauce
- 1 tasang tubig
- 3 kutsarang toyo
- 1 kutsarang bawang, tinadtad
- 3 kutsarang brown sugar
- 2 kutsarang purong pulot
- 2 kutsarang corn starch (natunaw sa 3 kutsarang tubig)
- ½ kutsarang toasted sesame seeds

Direksyon:
a) Sa isang maliit na kawali, haluin ang toyo, luya, bawang, asukal, pulot at tubig sa mahinang apoy. Haluin nang tuluy-tuloy hanggang sa mabagal na kumulo ang timpla. Haluin ang cornstarch water at hintaying lumapot ang timpla. Idagdag ang sesame seeds at itabi.

b) Grasa ang isang malaking baking dish ng unsalted butter o cooking spray. Painitin muna ang oven sa 400F.

c) Sa isang malaking mangkok, itapon ang lahat ng mga gulay at ibuhos ang langis ng oliba. Haluing mabuti hanggang sa malagyan ng mantika ang mga gulay. Timplahan ng bagong lamat na paminta at kaunting asin.

d) Ilipat ang mga gulay sa baking dish. Ikalat ang mga gulay sa mga gilid at mag-iwan ng ilang espasyo sa gitna ng baking dish.

e) Ilagay ang salmon sa gitna ng baking dish. Ibuhos ang 2/3 ng teriyaki sauce sa mga gulay at salmon.

f) Maghurno ng salmon sa loob ng 15-20 minuto.

g) Ilipat ang inihurnong salmon at inihaw na gulay sa isang magandang serving platter. Ibuhos ang natitirang teriyaki sauce at palamutihan ng tinadtad na spring onions.

73. Inihaw na Salmon na may Mga Sariwang Milokoton

Servings: 6 servings

Mga sangkap:
- 6 na fillet ng salmon, 1-pulgada ang kapal
- 1 malaking lata na hiniwang peach, light syrup variety
- 2 kutsarang puting asukal
- 2 kutsarang light soy sauce
- 2 kutsarang Dijon mustard
- 2 kutsarang unsalted butter
- 1 1-pulgadang sariwang ginger knob, gadgad
- 1 kutsarang olive oil, extra virgin variety
- Asin at paminta para lumasa
- Bagong tinadtad na cilantro

Direksyon:
a) Alisan ng tubig ang hiniwang mga milokoton at magreserba sa paligid ng 2 Kutsara ng light syrup. Gupitin ang mga peach sa mga piraso na kasing laki ng kagat.
b) Ilagay ang mga fillet ng salmon sa isang malaking baking dish.
c) Sa isang katamtamang kasirola, idagdag ang nakareserbang peach syrup, puting asukal, toyo, Dijon mustard, mantikilya, langis ng oliba at luya. Ipagpatuloy ang paghahalo sa mahinang apoy hanggang sa medyo lumapot ang timpla. Magdagdag ng asin at paminta ayon sa panlasa.
d) Patayin ang apoy at ikalat ang ilan sa pinaghalong sa mga fillet ng salmon sa pamamagitan ng paggamit ng isang basting brush.
e) Idagdag ang hiniwang mga milokoton sa kasirola at balutin nang lubusan ang glaze. Ibuhos ang glazed peach sa salmon at ikalat nang pantay-pantay.
f) Maghurno ng salmon sa loob ng 10-15 minuto sa 420F. Pagmasdan nang mabuti ang salmon upang hindi masunog ang ulam.
g) Budburan ang ilang sariwang tinadtad na cilantro bago ihain.

74. Salmon na may Creamy Pesto

Servings: 4 servings

Mga sangkap:
- 4 na fillet ng salmon, 1-pulgada ang kapal
- ¼ tasa ng full cream na gatas
- ½ tasang cream cheese, pinababang taba/magaan na uri
- 1/3 tasa ng basil pesto sauce
- 2 kutsarang extra virgin olive oil
- Asin at paminta para lumasa
- Bagong tinadtad na perehil

Direksyon:
a) Timplahan ng asin at paminta ang salmon. Magdagdag ng kaunting olive oil sa isang grilling pan at ihain ang salmon sa loob ng 5 minuto bawat gilid o hanggang maluto.
b) Ilipat ang mga fillet ng salmon sa isang serving plate.
c) Sa isang katamtamang kasirola, magpainit ng kaunting olive oil at idagdag ang pesto sauce at lutuin ng 2 minuto.
d) Paghaluin ang gatas at cream cheese at ihalo silang lahat. Ipagpatuloy ang paghahalo hanggang sa ganap na matunaw ang cream cheese kasama ng pesto sauce.
e) Ibuhos ang creamy pesto sa salmon. Palamutihan ng sariwang tinadtad na perehil.

75. Salmon at Avocado Salad

Servings: 4 servings

Mga sangkap:
- 4 na fillet ng salmon, walang balat
- 3 katamtamang avocado
- ½ tasa ng pipino, hiniwa ng manipis
- Asin at paminta para lumasa
- 300 gramo ng dahon ng salad (lettuce, rockets at watercress)
- Isang dakot ng sariwang tinadtad na dahon ng mint
- ½ pulang sibuyas, hiniwa ng manipis
- 4 na kutsarang purong pulot
- 3 kutsarang extra virgin olive oil
- 3 tablespoons lemon juice, sariwang kinatas

Direksyon:
a) Banayad na timplahan ng asin at paminta ang salmon.
b) Maghurno o mag-ihaw ng salmon sa 420F sa loob ng 15-20 minuto o hanggang sa nais na pagkaluto. Itabi saglit.
c) Sa isang malaking mangkok ng salad, pagsamahin ang lemon juice, honey at olive oil. Timplahan ng asin at paminta at ayusin ang lasa kung kinakailangan.
d) I-chop ang mga avocado sa kasing laki ng mga piraso at ilagay ang mga ito sa mangkok ng salad.
e) Idagdag ang salad greens, pulang sibuyas at dahon ng mint sa mangkok.
f) I-flake ang mga fillet ng salmon sa kagat-laki ng mga piraso. Ihagis ang mga ito sa mangkok. Haluing mabuti ang lahat ng sangkap.

76. Salmon Vegetable Chowder

Servings: 4 servings

Mga sangkap:
- 2 salmon fillet, inalis ang balat at gupitin sa laki ng kagat
- 1 ½ tasa puting sibuyas, pinong tinadtad
- 1 ½ tasang kamote, binalatan at hiniwa
- 1 tasa ng broccoli florets, gupitin sa maliliit na piraso
- 3 tasang sabaw ng manok
- 2 tasang buong gatas
- 2 kutsarang all-purpose na harina
- 1 kutsarita ng tuyo na thyme
- 3 kutsarang unsalted butter
- 1 dahon ng bay
- Asin at paminta para lumasa
- Flat perehil, makinis na tinadtad

Direksyon:
a) Magluto ng tinadtad na sibuyas sa unsalted butter hanggang translucent. Haluin ang harina at haluing mabuti ang mantikilya at sibuyas. Ibuhos ang sabaw ng manok at gatas, pagkatapos ay idagdag ang mga cube ng kamote, bay leaf at thyme.
b) Hayaang kumulo ang pinaghalong 5-10 minuto habang hinahalo paminsan-minsan.
c) Idagdag ang salmon at broccoli florets. Pagkatapos, magluto ng 5-8 minuto.
d) Timplahan ng asin at paminta at ayusin ang lasa kung kinakailangan.
e) Ilipat sa maliliit na indibidwal na mangkok at palamutihan ng tinadtad na perehil.

77. Creamy Smoked Salmon Pasta

Servings: 2 servings

Mga sangkap:
- 2 malalaking pinausukang fillet ng salmon, pinutol sa maliliit na piraso at piraso
- ¾ tasa gadgad na parmesan cheese
- ½ tasang all-purpose cream
- 1 malaking pulang sibuyas, pinong tinadtad
- 3 kutsarang unsalted butter
- 2 kutsarang sariwang bawang, tinadtad
- 2 kutsarang full cream na gatas
- 1 kutsarang extra virgin olive oil
- 250 gramo ng fettuccine o spaghetti noodles
- Asin at paminta para lumasa
- Sariwang perehil bilang palamuti

Direksyon:

a) Sa katamtamang init, pakuluan ang isang katamtaman hanggang malaking laki ng tubig. Pagkatapos ay ilagay ang fettuccine (o spaghetti noodles) at hayaang maluto ito ng 10-12 minuto o hanggang matigas pa rin kapag nakagat. Magreserba ng $\frac{1}{2}$ tasa ng pasta water at itabi.

b) Sa isang malaking kawali, matunaw ang mantikilya at langis ng oliba. Idagdag ang sibuyas at bawang at lutuin hanggang sa maging translucent ang sibuyas.

c) Idagdag ang cream at gatas at dalhin sa isang mabagal na kumulo.

d) Haluin ang parmesan cheese at ipagpatuloy ang paghahalo ng sarsa hanggang sa ang keso ay maghalo nang mabuti sa sarsa. Timplahan ng bagong lamat na paminta.

e) Dahan-dahang idagdag ang tubig sa pasta sa sarsa at pakuluan nang mabagal. Alisin ang init kapag nagsimulang bumuo ng mga bula.

f) Patuyuin nang mabuti ang pasta noodles at idagdag sa kawali. Haluing mabuti ang pasta at sauce, pagkatapos ay idagdag ang flaked smoke salmon.

g) Ihain kaagad habang mainit at palamutihan ng sariwang tinadtad na parsley at grated parmesan cheese.

78. Blackened Salmon na may Mixed Vegetable Rice

Servings: 4 servings

Mga sangkap:
Salmon
- 4 na fillet ng salmon, inalis ang balat
- 1 kutsarita ng matamis na paprika
- 1 kutsarita ng tuyo na oregano
- 1 kutsarita ng tuyo na thyme
- 1 kutsarita ng cumin powder
- ½ kutsarita ng ground haras
- 1 kutsarang extra virgin olive oil
- 1 kutsarang unsalted butter

kanin
- 2 tasang jasmine rice
- 3 ½ tasa ng tubig
- ½ tasang matamis na mais
- 1 malaking puting sibuyas, pinong tinadtad
- 1 malaking berdeng paminta, pinong tinadtad
- ½ tasang dahon ng kulantro, pinong tinadtad
- ¼ tasa spring onion, pinong tinadtad
- ½ tasang black beans, pinatuyo ng mabuti
- ½ kutsarita na pinausukang Spanish paprika
- 2 kutsarang katas ng kalamansi, bagong lamutak
- 1 kutsarang extra virgin olive oil

Direksyon:
a) Sa isang mababaw na medium bowl, pagsamahin ang lahat ng seasonings para sa salmon. Banayad na timplahan ng asin at paminta at ayusin ang lasa ayon sa iyong kagustuhan. Pahiran ang bawat salmon ng spice mix. Itabi at hayaang masipsip ng salmon ang lahat ng lasa.

b) Init ang langis ng oliba sa isang katamtamang kaldero sa mahinang apoy. Magdagdag ng sibuyas, matamis na mais at kampanilya; haluin hanggang sa maging translucent ang sibuyas. Idagdag ang paprika at ihalo ng 2 minuto. Ibuhos ang tubig at ilagay ang jasmine rice. Dalhin sa isang mabagal na kumulo at takpan ang palayok. Magluto ng 15-20 minuto o hanggang sa ganap na masipsip ng bigas ang lahat ng tubig. Itabi ng 5 minuto.

c) Haluin ang black beans, coriander, spring onion at katas ng kalamansi sa nilutong kanin. Haluing mabuti.

d) Painitin ang langis ng oliba at mantikilya sa isang kawali sa katamtamang init. Magluto ng salmon ng 8-10 minuto sa bawat panig.

e) Ilagay sa isang serving platter kasama ang vegetable mixed rice.

79. Ginger Salmon na may Honeydew Melon Salsa

Servings: 4 servings

Mga sangkap:
- 4 na fillet ng salmon, walang balat
- 2 tasa honeydew melon, gupitin sa maliliit na cubes
- 2 tablespoons lemon juice, sariwang kinatas
- $\frac{1}{4}$ tasa dahon ng cilantro, sariwang tinadtad
- 2 kutsarang dahon ng mint, pinong tinadtad
- 1 kutsarita ng red chili flakes
- 3 kutsarang sariwang luya, gadgad
- 2 kutsarita ng curry powder
- 2 kutsarang extra virgin olive oil
- Asin at puting paminta sa panlasa

Direksyon:
a) Pagsamahin ang honeydew melon, cilantro, mint, lemon juice at chili flakes sa isang medium bowl. Timplahan ng asin at paminta at ayusin ang mga pampalasa kung kinakailangan.
b) Palamigin ang salsa sa refrigerator nang hindi bababa sa 15 minuto.
c) Sa isang hiwalay na mangkok, pagsamahin ang gadgad na luya, curry powder, asin at paminta. Ikalat ang halo na ito sa bawat panig ng mga fillet ng salmon.
d) Itabi ng 5 minuto para ma-marinate ang isda.
e) Init ang langis ng oliba sa mababa hanggang katamtamang init. Lutuin ang salmon ng 5-8 minuto sa bawat panig o hanggang sa maging malabo ang isda sa gitna.
f) Ihain ang salmon na may pinalamig na melon salsa sa gilid.

80. Asian-Style Salmon na may Noodles

Servings: 4 servings
Mga sangkap:
Salmon
- 4 na fillet ng salmon, inalis ang balat
- 2 kutsarang inihaw na sesame oil
- 2 kutsarang purong pulot
- 3 kutsarang light soy sauce
- 2 kutsarang puting suka
- 2 kutsarang bawang, tinadtad
- 2 kutsarang sariwang luya, gadgad
- 1 kutsarita na inihaw na linga
- Tinadtad na spring onion para sa dekorasyon

Bigas na pansit
- 1 pack ng Asian rice noodles

sarsa
- 2 kutsarang patis
- 3 kutsarang katas ng kalamansi, bagong lamutak
- Chili flakes

Direksyon:
a) Para sa salmon marinade, pagsamahin ang sesame oil, toyo, suka, pulot, tinadtad na bawang at linga. Ibuhos sa salmon at hayaang mag-marinate ang isda sa loob ng 10-15 minuto.
b) Ilagay ang salmon sa isang baking dish, na bahagyang pinahiran ng langis ng oliba. Magluto ng 10-15 minuto sa 420F.
c) Habang ang salmon ay nasa oven, lutuin ang rice noodles ayon sa mga direksyon ng pakete. Patuyuin ng mabuti at ilipat sa mga indibidwal na mangkok.
d) Paghaluin ang patis, katas ng kalamansi at chili flakes at ibuhos sa rice noodles.
e) Itaas ang bawat mangkok ng noodle na may mga bagong lutong salmon fillet. Palamutihan ng spring onions at sesame seeds.

81. Lemony Rice na may Pan-Fried Salmon

Servings: 4 servings

Mga sangkap:

kanin
- 2 tasang bigas
- 4 tasang sabaw ng manok
- ½ kutsarita puting paminta
- ½ kutsarita ng bawang pulbos
- 1 maliit na puting sibuyas, pinong tinadtad
- 1 kutsarita ng pinong gadgad na lemon zest
- 2 tablespoons lemon juice, sariwang kinatas

Salmon
- 4 na fillet ng salmon, tinanggal ang pin bones
- Asin at paminta para lumasa
- 2 kutsarang extra virgin olive oil

Dill Sauce
- ½ tasa ng Greek yogurt, mababang-taba na iba't
- 1 tablespoons lemon juice, sariwang kinatas
- 1 tablespoons spring onion, pinong tinadtad
- 2 kutsarang sariwang dahon ng dill, pinong tinadtad
- 1 kutsarita sariwang lemon zest

Direksyon:
a) Paghaluin ang lahat ng mga sangkap para sa dill sauce sa isang maliit na mangkok. Ilagay sa refrigerator nang hindi bababa sa 15 minuto.

b) Sa isang medium-sized na kaldero, pakuluan ang sabaw ng manok. Idagdag ang kanin, bawang, sibuyas at puting paminta at dahan-dahang ihalo.

c) Takpan ang kaldero at lutuin hanggang masipsip ng kanin ang lahat ng sabaw ng manok.

d) Kapag ang sabaw ay na-absorb na, ilagay ang lemon zest at juice at haluing mabuti upang pagsamahin. Ibalik ang takip at lutuin ang kanin ng 5 minuto pa.

e) Sa isang malaking kawali, painitin ang langis ng oliba sa mahinang apoy. Timplahan ng asin at paminta ang salmon bago iprito. Lutuin ang salmon ng 5-8 minuto sa bawat panig o hanggang sa nais na antas ng pagiging handa.

f) Ihain ang piniritong salmon na may kanin at sarsa.

82. Alaska salmon at avocado pasta salad

Yield: 4 na servings

sangkap
- 6 ounces Tuyong pasta
- 1 lata ng Alaska salmon
- 2 kutsarang French dressing
- 1 bungkos ng berdeng sibuyas; hiniwa ng manipis
- 1 pulang kampanilya paminta
- 3 kutsarang Cilantro o perehil; tinadtad
- 2 tablespoons Banayad na mayonesa
- 1 Lime; tinadtad at ginadgad ang balat
- 1 kutsarang Tomato paste
- 3 hinog na abukado; diced
- $\frac{1}{2}$ tasa ng kulay-gatas
- Mga dahon ng litsugas para ihain
- Paprika sa panlasa

Direksyon:

a) Lutuin ang pasta ayon sa mga direksyon ng pakete. Patuyuin at ihagis kasama ang French dressing. Hayaang lumamig. Patuyuin at i-flake ang salmon. Idagdag sa pasta na may berdeng sibuyas, hiniwang kampanilya at cilantro.

b) Pagsamahin ang katas ng kalamansi at gadgad na balat, ang mayonesa, kulay-gatas at tomato paste hanggang sa lubusang pagsamahin. Ihagis ang pasta salad na may dressing. Timplahan ng asin at paminta ayon sa panlasa; takpan at palamigin. Bago ihain, dahan-dahang ihagis ang mga avocado sa salad.

c) Kutsara ang salad sa isang kama ng dahon ng litsugas. Budburan ng paprika para palamuti.

83. Alaska salmon salad sandwich

Magbubunga: 6 na Sandwich

sangkap
- 15½ onsa de-latang Alaska salmon
- ⅓ tasa Plain nonfat yogurt
- ⅓ tasa tinadtad na berdeng sibuyas
- ⅓ tasa tinadtad na kintsay
- 1 kutsarang Lemon juice
- Itim na paminta; sa panlasa
- 12 hiwa ng Tinapay

Direksyon:
a) Alisan ng tubig at i-flake ang salmon. Haluin ang mga natitirang sangkap maliban sa paminta at tinapay. Timplahan ng paminta ayon sa panlasa.

b) Ikalat ang pinaghalong salmon sa kalahati ng mga hiwa ng tinapay; itaas na may natitirang tinapay. Gupitin ang mga sandwich sa kalahati o quarter.

c) Gumagawa ng 6 na sandwich.

84. Pinausukang salmon, pipino at pasta salad

Yield: 3 Servings

sangkap
- 3 onsa Manipis na spaghetti; niluto
- ½ pipino; quartered/hiwa-hiwain
- 3 malaking Sprigs sariwang dill
- 1 tasa Leaf lettuce; punit-punit na kagat-laki
- 1 O 2 berdeng sibuyas na may ilan sa mga tuktok; hiniwa
- 3 onsa Pinausukang salmon; natuklap (hanggang 4)
- ¼ tasa walang taba o mababang taba na kulay-gatas
- 2 kutsarang yogurt na walang taba; (plain)
- 1 kutsarang Lemon juice
- 1 kamatis; sa wedges
- Mga sariwang sanga ng perehil

Direksyon:
a) Magluto ng pasta sa kumukulong inasnan na tubig. Samantala, pagsamahin ang natitirang sangkap ng salad sa medium bowl, magreserba ng ilang flakes ng salmon para gamitin bilang garnish. Sa maliit na mangkok, pagsamahin ang mga sangkap ng dressing.
b) Paghaluin ang pinalamig na pasta sa natitirang sangkap ng salad. Magdagdag ng dressing at ihalo nang bahagya upang ihalo. Palamutihan ng nakareserbang salmon flakes, kamatis at perehil. Chill.
c) Alisin sa refrigerator 10 minuto bago ang oras ng paghahatid.

85. Caramelized salmon sa isang mainit na salad ng patatas

Yield: 4 na servings

sangkap
- 2 kutsarang langis ng oliba
- ½ libra na giniling na andouille sausage
- 2 tasang julienne na sibuyas
- 1 asin; sa panlasa
- 1 sariwang giniling na itim na paminta; sa panlasa
- 1 kutsarang tinadtad na bawang
- 2 libra puting patatas; binalatan, maliit na tinadtad,
- 1 at niluto hanggang lumambot
- ¼ tasa ng creole mustard
- ¼ tasa tinadtad na berdeng sibuyas; berdeng bahagi lamang
- 8 salmon fillet
- 1 sabog ng bayou
- 2 tasa ng butil na asukal
- 2 kutsarang pinong tinadtad na sariwang dahon ng perehil

Direksyon:

a) Sa isang malaking kawali, sa katamtamang init, magdagdag ng isang kutsara ng mantika.

b) Kapag mainit na ang mantika, ilagay ang sausage. Brown ang sausage sa loob ng 2 minuto. Idagdag ang mga sibuyas. Timplahan ng asin at paminta. Igisa ang mga sibuyas sa loob ng 4 na minuto o hanggang lumambot. Haluin ang bawang at patatas.

c) Timplahan ng asin at paminta. Ipagpatuloy ang paggisa sa loob ng 4 na minuto. Ihalo ang mustasa at berdeng sibuyas. Alisin sa apoy at itabi. Timplahan ng Bayou Blast ang magkabilang panig ng salmon.

d) I-dredge ang salmon sa asukal, ganap na patong. Init ang natitirang mantika sa dalawang malalaking kawali. Idagdag ang salmon at lutuin ng mga 3 minuto sa bawat panig o hanggang sa ma-caramelize ang salmon.

e) Ilagay ang mainit na salad ng patatas sa gitna ng bawat plato. Ilagay ang salmon sa ibabaw ng salad. Palamutihan ng perehil.

86. Naka-congealed salmon salad

Yield: 6 Servings

sangkap
- 2 kutsarang gelatin na walang lasa
- $\frac{1}{4}$ tasa ng malamig na tubig
- 1 tasang tubig na kumukulo
- 3 kutsarang sariwang kinatas na lemon juice
- 2 tasang Flaked salmon
- $\frac{3}{4}$ tasa salad dressing o mayonesa
- 1 tasa Diced celery
- $\frac{1}{4}$ tasa tinadtad na berdeng paminta
- 1 kutsaritang tinadtad na sibuyas
- $\frac{1}{2}$ kutsarita ng Asin
- 1 dash Pepper

Direksyon:
a) Palambutin ang gelatin sa malamig na tubig; magdagdag ng tubig na kumukulo, pagkatapos ay palamig nang husto. Magdagdag ng lemon juice, salmon, salad dressing o mayonesa, at mga panimpla.

b) Ibuhos sa greased mold at palamigin hanggang matigas. Magbubunga: 6 na servings.

87. Astig na salad ng salmon lover

Yield: 4 na Servings

sangkap
- 1 libra Lutong king o coho salmon; nagkapira-piraso
- 1 tasang hiniwang kintsay
- $\frac{1}{2}$ tasa ng magaspang na tinadtad na repolyo
- $1\frac{1}{4}$ tasa ng Mayonnaise o salad dressing; (hanggang 1 1/2)
- $\frac{1}{2}$ tasa ng matamis na sarap ng atsara
- 1 kutsara Inihanda na malunggay
- 1 kutsara Pinong tinadtad na sibuyas
- $\frac{1}{4}$ kutsarita ng Asin
- 1 dash Pepper
- dahon ng litsugas; dahon ng romaine, o endive
- Hiniwang labanos
- Mga hiwa ng dill-pickle
- Mga rolyo o crackers

Direksyon:
a) Gamit ang isang malaking mixing bowl, dahan-dahang paghaluin ang salmon, celery, at repolyo.
b) Sa isa pang mangkok, haluin ang mayonesa o salad dressing, sarap ng atsara, malunggay, sibuyas, asin, at paminta. Idagdag ito sa pinaghalong salmon at ihagis sa coat. Takpan ang salad at palamigin hanggang sa oras ng paghahatid (hanggang 24 na oras).
c) Linya ang isang mangkok ng salad na may mga gulay. Kutsara sa pinaghalong salmon. Itaas ang mga labanos at dill pickles. Ihain ang salad na may mga roll o crackers.
d) Gumagawa ng 4 main-dish servings.

88. Dilled salmon salad

Yield: 6 Servings

sangkap
- 1 tasa Plain nonfat yogurt
- 2 kutsara Pinong tinadtad na sariwang dill
- 1 kutsarang Red wine vinegar
- Asin at sariwang giniling na paminta
- 1 2-lb salmon fillet (1" makapal) nilinis ng balat at litid
- 1 kutsarang langis ng Canola
- ½ kutsarita ng Asin
- ½ kutsarita sariwang giniling na paminta
- 1 katamtamang Pipino
- Kulot na dahon ng litsugas
- 4 hinog na kamatis; hiniwa ng pino
- 2 medium na pulang sibuyas; binalatan at hiniwa ng manipis at pinaghiwa-hiwalay sa mga singsing
- 1 limon; hinati ang haba at hiniwa ng manipis

Direksyon:

a) Gawin ang dressing: Paghaluin ang yogurt, dill, suka, asin at paminta. Palamigin. Gawin ang salad: Budburan ang salmon sa magkabilang panig ng mantika, asin at paminta.

b) Painitin ang grill hanggang sa napakainit. Ilagay ang salmon sa grill at lutuin, tinakpan, hanggang patumpik-tumpik, mga 3½ minuto sa bawat panig. Ilipat sa isang serving plate at hayaang magpahinga nang hindi bababa sa 5 minuto. Gupitin sa ½-pulgada na hiwa.

c) Ilagay ang salmon sa isang mangkok at ihalo kasama ang dressing. Takpan at palamigin. Bago ihain, balatan ang pipino at gupitin sa kalahati ang haba. Gamit ang isang maliit na kutsara, simutin ang gitna upang alisin ang mga buto. hiwain ng manipis.

d) Mound salmon mixture sa gitna ng isang malaking platter na nilagyan ng dahon ng lettuce. Palibutan ng pipino, kamatis, sibuyas, at hiwa ng lemon. Palamutihan ng karagdagang dill kung ninanais.

89. Salmon na may crispy herbs at oriental salad

Yield: 1 Servings

sangkap
- 160 gramo ng Salmon Fillet
- 5 gramo ng Chinese Five Spice Powder
- 15 mililitro ng Soya Sauce
- 10 gramo ng kamatis; Diced
- 2 kutsarita ng Vinaigrette
- 20 mililitro Langis ng Oliba
- 40 gramo ng Mixed Salad Leaves
- 5 gramo ng Deep Fried Basil, Coriander, Parsley
- 10 gramo ng Water Chestnuts; hiniwa
- 10 gramo ng Peeled Red at Green Peppers; Julienned
- Asin at Black Pepper

Direksyon:

a) I-marinate ang Salmon sa toyo at limang pampalasa. I-pan fry sa kaunting olive oil at dahan-dahang lutuin sa magkabilang panig.

b) Bihisan ang dahon ng salad. Lagyan ng tubig ang mga kastanyas ng tubig, itaas ng salmon at ayusin ang mga dahon ng salad na may paminta.

90. Isla salmon salad

Yield: 1 servings

sangkap
- 8 ounces Salmon o iba pang matibay na fillet ng isda
- 1 kutsarang Olive Oil
- 1 kutsarang Lime o Lemon juice
- 1 kutsarita Cajun o Jamaican Jerk seasoning
- 6 tasa Punit-punit halo-halong gulay
- 2 katamtamang dalandan; binalatan at pinaghiwa-hiwalay
- 1 tasa ng strawberry; hinati
- 1 katamtamang Abukado; hinati, pinagbinhan, binalatan, hiniwa
- 1 medium na mangga; pinagbinhan, binalatan, hiniwa
- $\frac{1}{4}$ tasa tinadtad na Macadamia nuts o Almonds; toasted
- Mga Tortilla Bowl
- Tarragon-Buttermilk Dressing
- Mga kulot ng balat ng dayap

Direksyon:
a) I-brush ang isda ng mantika, budburan ng kalamansi o lemon juice at pampalasa. Ilagay sa isang greased grill basket. Mag-ihaw ng 4-6 minuto para sa bawat $\frac{1}{2}$" ng kapal o hanggang madaling matuklap ang isda, paikutin nang isang beses. Pututin ang isda sa mga piraso na kasing laki ng kagat.

b) Pagsamahin ang isda, gulay, dalandan, strawberry, abukado at nut sa isang malaking mangkok ng paghahalo; malumanay na ihagis upang ihalo. Sandok sa Tortilla Bowls at ibuhos ang dressing.

c) Palamutihan ang bawat serving na may lime peel curl, kung ninanais.

KONGKLUSYON

Sariwa o nagyelo, lahat tayo ay mahilig sa salmon! Bagaman kailangan nating aminin na ang sariwa ay palaging ang pinakamasarap. Gayunpaman, upang maging tapat, hindi mahalaga kung anong uri ang iyong ginagamit para sa mga recipe na ito. Bukod dito, ang salmon ay sobrang malusog dahil puno ito ng magagandang taba na mabuti para sa iyong mga kuko, balat at buhok; kaya walang dahilan para hindi ka magluto nito.

www.ingramcontent.com/pod-product-compliance
Lightning Source LLC
Chambersburg PA
CBHW050356120526
44590CB00015B/1711